ഓഷോ ധ്യാനോത്സവം

Nadakkavu, Kozhikode, Kerala
Tel:0495–4020666
www. insightpublica. com
e-mail: insightpublica@gmail. com
Title: **Bhoomiyil Aparichithan**
(Malayalam)
Author: **Osho**
First Insight Edition: September 2023

ISBN 978-93-5517-438-3
Printed and Published by
Insightinpublica Printers & Publishers Ltd.
₹170

ഓഷോ

ഭൂമിയിൽ
അപരിചിതൻ

INSIGHT PUBLICA®

ഓഷോ ധ്യാനോത്സവം
പരമ്പരയിലെ പന്ത്രണ്ട് പുസ്തകങ്ങൾ

1. **അസ്തിത്വത്തിന് സമർപ്പണം ചെയ്യുക**
   Surrender to Existence
2. **അതെ പറയുക!**
   Say Yes!
3. **പ്രേമം ഒരു സ്വതന്ത്ര പക്ഷിയാകുന്നു**
   Love is a Free Brid
4. **ജീവിതം ഒരു വരദാനമാകുന്നു**
   Life is a Gift
5. **ഭൂമിയിൽ അപരിചിതൻ**
   Stranger to the Earth
6. **സ്വയം ഒരു ദീപമായിത്തീരുക**
   Be a lamp unto yourself
7. **നാം സ്വയം പറക്കുന്നു**
   Alone we Fly
8. **ആപത്കരമായി ജീവിക്കുക**
   Live Dangerously
9. **ഭയമില്ലായ്മ ഞാൻ പഠിപ്പിക്കുന്നു**
   I teach Fearlessness
10. **നിങ്ങളുമായി ഒന്നായിത്തീരുക**
    Become one with yourself
11. **സമുദ്രത്തിൽ ഒരു മഞ്ഞുതുള്ളി**
    A Dewdrop in the Ocean
12. **ധ്യാനം: ഒരു ആനന്ദഹർഷം**
    Meditation: An Ecstasy

വർത്തമാനത്തിലേക്കെത്തുവാനായി
നാം കയറിക്കൊണ്ടിരിക്കുന്ന പടവുകൾ
കാലം തച്ചുടച്ചു കളയുന്നു.
ആ യാത്രയിൽ തിരിച്ചു പോക്കില്ല.
മുന്നോട്ട് പോക്ക് മാത്രമേ നടപ്പുള്ളു,
മുന്നോട്ട് മുന്നോട്ട് പിന്നെയും മുന്നോട്ട്.
ആ യാത്ര അന്തമില്ലാത്തതാണ്!
അവിടെ ലക്ഷ്യമില്ല, ലക്ഷ്യസ്ഥാനമില്ല,
വിശ്രമസങ്കേതങ്ങൾ മാത്രം.
ഉയർത്തപ്പെടുന്ന താവളങ്ങളോ
ഉറപ്പിക്കപ്പെട്ടു കഴിയുമ്പോൾ തന്നെ
തച്ചു തകർക്കപ്പെടുകയും ചെയ്യുന്നു.

മുഖവുര

വരും താളുകളിൽ കാണുന്ന വാക്കുകൾ ബോധ പ്രാപ്തനായ മഹാഗുരു ഓഷോ തന്റെ ശിഷ്യന്മാരോടും ഇന്ത്യയിലെ അദ്ദേഹത്തിന്റെ പൂന ആശ്രമം സന്ദർശിച്ച മറ്റു സാധകരോടുമായി ചെയ്ത പ്രഭാഷണങ്ങളിൽ നിന്നും എടുത്തിട്ടുള്ളതാണ്. ഫോട്ടോകളിൽ അധികവും ആശ്രമത്തിനകത്തുനിന്ന് എടുത്തിട്ടുള്ളവയാണ്: ഓഷോ തന്റെ ശിഷ്യരോടും അതിഥികളോടുമൊപ്പമുള്ളവ, സാധകർ ധ്യാനം ചെയ്യുകയോ മറ്റു പ്രവർത്തനങ്ങളിലേർപ്പെടുകയോ അല്ലെങ്കിൽ വെറുതെ വർത്തിക്കുകയോ ചെയ്യുന്നവ. (പൂന ഓഷോ മെഡിറ്റേഷൻ റിസോർട്ടിൽ നിന്നുള്ള ഫോട്ടോകൾ കൂടാതെ ഓഷോ ദം (ഡൽഹി), ഓഷോ നിസർഗ, (ഹിമാചൽപ്രദേശ്), ഓഷോ തവോവൻ (നേപ്പാൾ), രജനീഷ്പുരം (അമേരിക്ക), മേസ്കോ ഉൾപ്പെടെയുള്ള ചില വിദേശനഗരങ്ങളിൽ നടന്ന മെഡിറ്റേഷൻ ക്യാമ്പുകൾ, കേരളത്തിൽ നടന്ന ചില ഓഷോ ഇവന്റുകളുടെയും ക്യാമ്പുകളുടെയും ഫോട്ടോകൾ ഈ മലയാളം പതിപ്പിൽ ഉൾപ്പെടുത്തിയിട്ടുണ്ട്.)

ഓഷോ നിർദ്ദേശിച്ചിട്ടുള്ളത് ഈ പുസ്തകം താഴെ പറയുന്ന രീതിയിൽ ഉപയോഗിക്കുകയാണെങ്കിൽ വായനക്കാർക്കത് ഏറ്റവും കൂടുതൽ പ്രയോജനകരമായിരിക്കും എന്നാണ്- അതായത് ഓരോ പ്രഭാതത്തിലേക്കും ക്രമപ്പെടുത്തിയിട്ടുള്ള ഭാഗങ്ങൾ രാവിലെ ഉണർന്നെഴുന്നേൽക്കുമ്പോൾ തന്നെ-മനസ്സ് ദിവസേനെയുള്ള മറ്റു പ്രവൃത്തികളിൽ വ്യാപൃതമാകുന്നതിന് മുൻപ് വായിക്കുക.

ഒരാൾ ഉറങ്ങുന്നതിന് മുൻപ് അയാളുടെ മനസ്സിലുള്ള അവസാനത്തെ ചിന്ത തന്നെയായിരിക്കും ഉണർന്നെഴുന്നേൽക്കുമ്പോഴും അയാളുടെ ആദ്യത്തെ ചിന്ത എന്ന് പറയപ്പെടുന്നു. ഒരുപക്ഷെ നമ്മളിൽ ഭൂരിപക്ഷവും ഉറക്കത്തിലേക്ക് പതിക്കുന്നത്, ഒരു ടെലിവിഷൻ സീരിയലിലെ പ്രതിബിംബങ്ങളും കഴിഞ്ഞുപോയ ദിവസത്തെക്കുറിച്ചുള്ള വേവലാതികളും അടുത്ത് വരാനിരിക്കുന്ന ദിവസത്തെക്കുറിച്ചുള്ള ആകാംക്ഷകളും എല്ലാംകൂടി കുഴഞ്ഞുമറിഞ്ഞ മനസ്സുകളുമായിട്ടായിരിക്കും. നമ്മളിൽ പലർക്കും ഉറക്കത്തിലേക്ക് കടക്കുവാൻ തന്നെ കഴിയാത്ത അത്രയും വിഷമങ്ങളുണ്ട്. പ്രദോഷത്തിലേക്ക് വേണ്ടി തെരഞ്ഞെടുത്തിട്ടുള്ള ഭാഗങ്ങൾ രാത്രി ഉറങ്ങുന്നതിനു മുമ്പായി വായിക്കുക.

പന്ത്രണ്ട് പുസ്തകങ്ങളുടെ ഈ പരമ്പര മുപ്പത്തിയൊന്ന് ദിവസങ്ങളുള്ള പന്ത്രണ്ട് മാസങ്ങളായി വിഭജിച്ചിരിക്കുന്നു. 'മാസം ഒന്ന്', കലണ്ടർ വർഷം തുടങ്ങുന്ന മാസം തന്നെ ആയിരിക്കണമെന്നില്ല; അത് നിങ്ങൾ വായിക്കാൻ തുടങ്ങുന്ന ആദ്യത്തെ മാസമാണ്. ഉദ്ധരണികൾ ക്രമത്തിൽ തന്നെയാണ് വായിക്കേണ്ടത്, ഏതെങ്കിലും ഒന്ന് തെരഞ്ഞെടുത്താൽ പോരാ. കാരണം ജിവിതത്തെക്കുറിച്ചുള്ള ധാരണ മാസംതോറുമാണ് ഓഷോ വികസിപ്പിച്ചു കൊണ്ടുവരുന്നത്.

ഓരോ ദിവസത്തിനും ഒരു പ്രത്യേക വിഷയതന്തു ഉണ്ടായിരിക്കുകയും പ്രഭാതത്തിലെയും പ്രദോഷത്തിലെയും മനനവിഷയങ്ങൾ പരസ്പരം പൂരകമാ

യിരിക്കുകയും ചെയ്യുന്ന വിധത്തിലാണ് പുസ്തകം രൂപകല്പന ചെയ്തിട്ടുള്ളത്.

പ്രഭാതമനനങ്ങൾക്ക് വേണ്ടി തെരഞ്ഞെടുക്കപ്പെട്ട ഉദ്ധരണികൾ ഉന്മേഷദായകവും ചിന്തോദ്ദീപകവുമാണ്- എല്ലായ്പ്പോഴും, വരാനിരിക്കുന്ന ദിവസത്തിലേക്കുള്ള ഒരു സമ്പൂർണവും സജീവവുമായ പങ്കാളിത്തം സാധ്യമാക്കുന്നത്. താരതമ്യേന നോക്കിയാൽ പ്രദോഷത്തിലേക്കായുള്ള ഓഷോയുടെ വാക്കുകൾ വായനക്കാരെ വിശ്രാന്തിയുടെ, വികസനത്തിന്റെ, വിലയനത്തിന്റെ, അസ്തിത്വത്തോട് പൊരുത്തപ്പെടുന്നതിന്റെ സാംഗത്യത്തെ ഓർമ്മപ്പെടുത്തുന്നു.

ഈ ഉദ്ധരണികൾ വായിക്കുന്നതു തന്നെ സ്വയമേവ ഒരു മനനരൂപമാണ്. ഓഷോ പറഞ്ഞിട്ടുള്ളതുപോലെ, ഒരു ഋഷിവചനം അംഗീകരിക്കപ്പെടുകയോ നിരാകരിക്കപ്പെടുകയോ ചെയ്യുമ്പോഴും, ഒരുതരത്തിലുമുള്ള സിദ്ധാന്തത്തിന്റെയും ഭാഗമല്ല അത്.വായനക്കാരോട് ഒരു അനുയായിയോ വിശ്വാസിയോ ആകുവാൻ അതാവശ്യപ്പെടുന്നില്ല. വാസ്തവത്തിൽ പ്രസക്തമായിട്ടുള്ളത് ആ വാക്കുകൾ പോലുമല്ല, മറിച്ച് ആ വാക്കുകൾ എന്തിനെയാണോ സംവഹിക്കുന്നത് അതാണ് പ്രസക്തമായിട്ടുള്ളത്.

അദ്ദേഹം വിശദീകരിക്കുന്നു: ‘‘വാക്കുകൾ (ഋഷിവര്യന്റെ വാക്കുകൾ) അവയ്ക്കു ചുറ്റും ഒരു നിശ്ശബ്ദതയെ സംവഹിക്കുന്നു. അദ്ദേഹത്തിന്റെ വാക്കുകൾ ശബ്ദായമാനമല്ല. അദ്ദേഹത്തിന്റെ വാക്കുകൾക്ക് ഒരു സ്വരമാധുര്യമുണ്ട്, ഒരു താളം, ഒരു സംഗീതം; അദ്ദേഹത്തിന്റെ വാക്കുകളുടെ അകക്കാമ്പിൽ തികഞ്ഞ നിശ്ശബ്ദതയാണുള്ളത്. നിങ്ങൾക്ക് ആ വാക്കുകളിലേക്ക് കടന്നുകയറി ചെല്ലാനാകുമെങ്കിൽ അനന്തമായ നിശ്ശബ്ദതയെ നിങ്ങൾ അഭിമുഖീകരിക്കാനിടവരും.’’

‘‘എന്നാൽ ഒരു ബുദ്ധന്റെ വാക്കുകളിലേക്ക് കടന്നു കയറി ചെല്ലുവാനുള്ള മാർഗ്ഗം അപഗ്രഥനമല്ല, വാദപ്രതിവാദവുമല്ല, ചർച്ചചെയ്യലുമല്ല. അതിനുള്ള

മാർഗ്ഗം അദ്ദേഹവുമായി ഒരു ഭാവലയത്തിൽ വീഴ ലാണ്, അദ്ദേഹവുമായുള്ള ഒരു സ്വരച്ചേർച്ചയിൽ, ഒരു ഭാവൈക്യത്തിൽ എത്തിച്ചേരലാണ്. ആ സ്വരച്ചേ ർച്ചയിൽ, ആ ഒന്നായിത്തീരലിൽ, ഒരുവൻ ഗുരുവ ചനങ്ങളുടെ ഉള്ളറയിലേക്ക് പ്രവേശിക്കുന്നു. അവിടെ നിങ്ങൾ ഒരു ശബ്ദവും, ഒരു സ്വരവും കേൾക്കുക യില്ല; അവിടെ നിങ്ങൾ കണ്ടെത്തുക തികഞ്ഞ നിശ്ശബ്ദതയായിരിക്കും. അത് തിരിച്ചറിയുക എന്ന താണ് ഗുരുവിനെ ഗ്രഹിക്കൽ.''

വാക്കിന്റെ അർത്ഥമല്ല പ്രധാനം, ഓർക്കുക, മറിച്ച് ആ വാക്കിലെ നിശ്ശബ്ദതയാണ്. ''ഞാൻ നിങ്ങളോട് പറയുന്ന കാര്യങ്ങൾ നിങ്ങളുടെ ജീവിതത്തിൽ ഒരു യാഥാർത്ഥ്യമായി തീർന്നുകൊണ്ടിരിക്കുകയാണെ ങ്കിൽ നിങ്ങൾ എന്റെ വാക്കുകളെ ഓർക്കുന്നുവോ ഇല്ലയോ എന്നുള്ളത് ആര് ഗൗനിക്കുന്നു? അത് ഓർക്കാതിരിക്കുന്നത് തികച്ചും ശരിതന്നെ; വാക്കു കളുടെ ഏതെങ്കിലും തരത്തിലുള്ള സ്മരണ ഒരു തടസ്സമായിരിക്കും. പരിശുദ്ധമായ അർത്ഥം മാത്രം നിങ്ങളുടെ സത്തയുടെ അത്യഗാധമായ കാമ്പിലേക്ക് വ്യാപിക്കട്ടെ, അവിടെ വാക്കുകൾക്ക് എത്തിച്ചേരാ നാവില്ല, അവിടെ വാഗ്രഹിതമായ അർത്ഥത്തിന് മാത്രമേ പ്രവേശിക്കുവാൻ സാധ്യമാകു.''

വാസ്തവത്തിൽ, അദ്ദേഹത്തിന്റെ വാക്കുകൾ വായിക്കുക എന്നത് ഏതെങ്കിലും തരത്തിലുള്ള മനോ വ്യായാമത്തിലേർപ്പെടുക എന്നതിനേക്കാളേറെ സംഗീതം ശ്രവിക്കുന്നതിനോടാണ് സമാനമായിട്ടു ള്ളത്. സംഗീതം ശ്രവിച്ചുകൊണ്ടിരിക്കൽ– അല്ലെങ്കിൽ വീഞ്ഞ് നുണഞ്ഞുകൊണ്ടിരിക്കൽ: ഒന്ന് മൊത്തുക, മണപ്പിച്ചു നോക്കുക. ആ സ്വാദ് നിങ്ങളുടെ ആദ്ധ്യാ ത്മിക രുചി മണ്ഡലത്തെ തൊട്ടുണർത്താൻ അനു വദിക്കുക.

പ്രേം മനീഷ

ഓഷോ ധ്യാനോത്സവം

മാസം അഞ്ച്

പ്രഭാതമനന വിഷയം

വാതിലുകളും ജനലുകളും തുറന്നിടുക

പ്രദോഷമനന വിഷയം

ജീവിതം കൊണ്ട് കളിക്കുക

പ്രഭാതമനനം

ജീവിതം ഒരു അവസരമാകുന്നു, സ്വയം സാക്ഷാൽക്കരിക്കുവാനുള്ള ഒരവസരം. ഒരുവന് അത് നഷ്ടമാകാനിടയുണ്ട്, പലർക്കും അത് നഷ്ടമാകുന്നു; അപൂർവ്വരായ അല്പ്പം ചില ആളുകൾ മാത്രമേ അത് സാക്ഷാൽക്കരിക്കുന്നുള്ളു. അത് സാക്ഷാൽക്കരിക്കുന്ന അല്പ്പം ചില ആളുകൾ തങ്ങളുടെ ആന്തരിക ലോകത്തിലേക്ക് പ്രവേശിക്കുന്നവരാണ്. പണത്തെക്കുറിച്ചും പ്രതാപത്തെക്കുറിച്ചും അധികാരത്തെക്കുറിച്ചുമെല്ലാം ചിന്തിച്ചുകൊണ്ടേയിരിക്കുക എന്നത് വെറും പാഴ്വേലയാണ്. ഒരുവന്റെ പ്രാഥമികമായ പരിഗണന ''ഞാനാരാണ്?'' എന്ന് അറിയുകയായിരിക്കണം. അത് അറിഞ്ഞു കഴിയുന്നതുവരെ സംതൃപ്തരാകരുത്. നിങ്ങളുടെ അകക്കാമ്പിനുള്ളിൽ മഹത്തായ ഒരു തീരുമാനം എടുക്കുക: ''എനിക്കത് നേടിയെടുക്കണം.'' എന്തെന്നാൽ ആ തീരുമാനം തന്നെ ഒരു ബീജമായിത്തീരുന്നു.

പ്രഭോഷമനനം

അസ്തിത്വം നിങ്ങളിൽ നൃത്തം ചെയ്യാത്തിടത്തോളം യാതൊരു നൃത്തത്തിനും സാധ്യതയില്ല; അസ്തിത്വം നിങ്ങളിൽ ആഹ്ലാദിക്കാത്തിടത്തോളം ആഹ്ലാദത്തിന് യാതൊരു സാധ്യതയുമില്ല.

നിങ്ങൾക്കും അസ്തിത്വത്തിനുമിടയിൽ നിങ്ങൾ ഇടക്കുകയറി നിൽക്കുന്നതൊഴിവാക്കുവാനായി നിങ്ങളെത്തന്നെ നീക്കം ചെയ്യുക. അഹംബോധത്തെ, 'ഞാൻ' എന്ന ആശയംതന്നെ ഒരു വശത്തുമാറ്റി നിർത്തുകയും പരമ ശൂന്യനും സ്വീകർത്താവുമായി വർത്തിക്കുകയും ചെയ്യുക. അങ്ങനെ നിങ്ങളുടെ ശൂന്യത സമ്പൂർണ്ണമായിരിക്കുന്ന നിമിഷം പൂർണത ആയിരക്കണക്കിന് ആഹ്ലാദപുഷ്പങ്ങൾ വർഷിച്ചു തുടങ്ങുന്നു. ആ ആനന്ദാതിരേകത്തിന്റെ മനോഹാരിത അന്തമില്ലാത്തതാകുന്നു.

പ്രഭാതമനനം

ജീവിതം ഒരു യാത്രയാകുന്നു, ഒരു തീർത്ഥയാത്ര. അത് നിശ്ചലമല്ല, ചലനാത്മകമാകുന്നു. അത് എപ്പോഴും അജ്ഞാതത്തിനു നേരെ നീങ്ങിക്കൊണ്ടിരിക്കുന്നു. എന്നാൽ നമ്മുടെ ഭയംമൂലം നാം അറിയപ്പെട്ടതിൽ അള്ളിപ്പിടിക്കുകയും ജീവിതത്തെ നീങ്ങുവാൻ അനുവദിക്കാതിരിക്കുകയും ചെയ്യുന്നു. അജ്ഞാതത്തിനു നേർക്ക് പാഞ്ഞടുക്കുവാനുള്ള, സമുദ്രത്തിനു നേരെ നടനമാടി നീങ്ങുവാൻ വേണ്ടത്ര സ്വാതന്ത്ര്യം നാം അതിനു നൽകുന്നില്ല. അത് ഒരു പുഴപോലെയാണ്, പക്ഷെ, നാമതിനെ ഒരു പൊയ്കയാക്കുന്നു. ഒരു പൊയ്കയായിത്തീരുകയെന്നാൽ മരണമാണ്. പുഴയായി വർത്തിക്കലാണ് സജീവമായ നിലകൊള്ളൽ. കുളങ്ങൾ എവിടെയും എത്തിച്ചേരുന്നില്ല. അവ വരണ്ടുപോവുകയേ ഉള്ളു. അവ ചെളിനിറഞ്ഞ് വൃത്തികെട്ട് കെട്ടുനാറുവാൻ തുടങ്ങുന്നു. കാരണം അവ ഒഴുക്കില്ലാത്തതാണ്. അവയ്ക്ക് നവമായിരിക്കുവാൻ സാധ്യമല്ല, ശുദ്ധമായിരിക്കുവാൻ സാധ്യമല്ല. പുഴ ശുദ്ധമായിരിക്കുന്നു, നവമായിരിക്കുന്നു, ഒഴുകിക്കൊണ്ടിരിക്കുന്നു. അപ്പോഴവിടെ ആഹ്ലാദമുണ്ട്. കാരണം എപ്പോഴും ഒരു വിസ്മയം നിങ്ങളെ കാത്തുനില്പ്പുണ്ട്- അടുത്തതായി എന്താണ് സംഭവിക്കുവാൻ പോകുന്നത് എന്ന്.

ഓരോ നിമിഷവും ജീവിതം ഒരു വിസ്മയമാണ്, അന്തമില്ലാത്ത അതിശയം. അന്തമില്ലാത്ത ഉദ്വേഗം, ആദിയോ അന്തമോ അറിയാത്ത ഒരു നിഗൂഢത. ഒരുവൻ ഒരു പുഴയായി വർത്തിക്കേണ്ടതുണ്ട്, യാതൊരു ഭയവും കൂടാതെ യാതൊരു അള്ളിപ്പിടുത്തവും കൂടാതെ സമുദ്രത്തിനു നേരെ നീങ്ങിക്കൊണ്ടേയി

രിക്കേണ്ടതുണ്ട്. സ്വയം തളംകെട്ടി നിൽക്കാതെ ഒഴുകിക്കൊണ്ടേ നിലകൊള്ളുക- ചലനാത്മകമായി, യുവമായി നിലനിന്നുകൊണ്ട്. ശരീരം ഒരു ദിനം വാർദ്ധക്യം പ്രാപിക്കാതെ നിവൃത്തിയില്ല, എന്നാൽ ആത്മാവിൽ വാർദ്ധക്യം പ്രാപിക്കേണ്ടതില്ല. നാമതിനെ വാർദ്ധക്യം പ്രാപിക്കുവാൻ അനുവദിച്ചാൽ മാത്രമേ അതിനു വാർദ്ധക്യം പിടിപെടുകയുള്ളു. മരണം വന്നെത്തുന്നത് ഒരു അവസാനമായിട്ടല്ല, മറിച്ച് ഒരു ആരംഭം മാത്രമായിട്ടാണ്: ഒരു പുത്തൻ കവാടം തുറക്കപ്പെടുകയാണ്.

പ്രദോഷമനനം

ദൈവത്തിലേക്ക് അഭിഷിക്തനായിത്തീരുക എന്നതാണ് കൃത്യമായും സന്ന്യാസം എന്നതിന്റെ നിർവ്വചനം. ഒരുവൻ അഹംബോധത്തിന് വേണ്ടിയല്ലാതെ സമ്പൂർണ്ണതയ്ക്കു വേണ്ടി ജീവിക്കുവാൻ തുടങ്ങുന്നു, ഒരുവൻ ഒരു ദൈവവാഹനമായി ജീവിക്കുവാൻ തുടങ്ങുന്നു. ഒരുവനെ ഒരു മുരളികയാക്കി പരിവർത്തിപ്പിക്കുവാൻ ദൈവത്തിന് കഴിയുമാറ് അവൻ കേവലം ഒരു ഒഴിഞ്ഞ മുളംതണ്ടായിത്തീരുന്നു.

ഒരുവൻ തന്നിൽ നിന്ന് തന്നെത്തന്നെ നീക്കം ചെയ്യുന്നു. അതു മാത്രമേ ചെയ്യേണ്ടതുള്ളു: ഒരുവൻ അവനിൽ നിന്ന് അവനെത്തന്നെ നീക്കം ചെയ്യണം. അങ്ങനെ ഒരുവൻ ശൂന്യനാകുമ്പോൾ നിഗൂഢമായ ചിലത് സംഭവിക്കാൻ തുടങ്ങുന്നു, വിവരണാതീതമായത്. അതീതത്തിന്റേതായ ചിലത് നിങ്ങളിലേക്ക് ഇറങ്ങി വരാൻ തുടങ്ങുന്നു, അജ്ഞാതമായ ഏതോ ഒരു ശക്തി നിങ്ങളിലൂടെ സംഗീതമാലപിക്കാൻ തുടങ്ങുന്നു, നടനമാടാൻ തുടങ്ങുന്നു. ആ അജ്ഞാത ശക്തി ദൈവമാണ്. ദൈവം ഒരു വ്യക്തിയല്ല: നിഗൂഢമായ എല്ലാറ്റിനും വേണ്ടിയുള്ള, ഗ്രഹണശേഷിക്ക് അപ്പുറമായ എല്ലാറ്റിനും വേണ്ടിയുള്ള, ബുദ്ധിക്ക് മനസ്സിലാക്കുവാൻ അശക്തമായ എല്ലാറ്റിനും വേണ്ടിയുള്ള ഒരു പേരു മാത്രമാണത്. ആ നിഗൂഢമായതിലേക്ക്, ആ ദിവ്യാത്ഭുതത്തിലേക്ക് അഭിഷിക്തനാവുക മാത്രമാണ് സുന്ദരമായ, മഹനീയമായ ഒരു ജീവിതം നയിക്കുന്നതിനുള്ള ഒരേയൊരു മാർഗ്ഗം. അല്ലാത്ത പക്ഷം ആളുകൾ വെറുതെ സ്വയം വലിച്ചുനീട്ടിക്കൊണ്ടു പോവുക മാത്രമാണ്. അവരുടെ ജീവിതം ഒരു നർത്തനമല്ല, ആകുവാൻ സാധ്യമല്ല.

3

പ്രഭാതമനനം

മനുഷ്യൻ വെറുതെ വിചാരിക്കുക മാത്രമാണ്, താൻ മരിക്കുന്നുവെന്ന്; മരണം ഒരു മിഥ്യാധാരണയാണ്. ആരും ഒരിക്കലും മരിച്ചിട്ടില്ല, ആരും ഒരിക്കലും ജനിച്ചിട്ടുമില്ല. ജനനവും മരണവും നിത്യമായ ജീവിതത്തിലെ രണ്ട് എപ്പിസോഡുകളാണ്. ജനനം ആരംഭമല്ല. മരണം അവസാനവുമല്ല. ജനനത്തിനു മുമ്പ് നിങ്ങളുണ്ടായിരുന്നു, മരണത്തിനുശേഷവും നിങ്ങളുണ്ടായിരിക്കുകയും ചെയ്യും. ഇത് ഓർമ്മിക്കലാണ്, ഇത് ഓർമ്മിപ്പിക്കുകയെന്നതാണ്, ഇത് സാക്ഷാത്കരിക്കുകയെന്നതാണ് മതത്തിന്റെ ആകെ ഉദ്ദേശ്യം.

അനശ്വരതയെ അനുഭവിക്കുക എന്നതാണ് എല്ലാ ഭയങ്ങളും ഉത്ക്കണ്ഠകളും ഒഴിവാക്കുവാനുള്ള ഒരേയൊരു മാർഗ്ഗം. എന്തുകൊണ്ടെന്നാൽ അവയെല്ലാം മരണഭയത്തിന്മേലാണ് വേരുറച്ചു നിൽക്കുന്നത്. മരണമില്ലെന്നും ജനനമില്ലെന്നും ഒരിക്കൽ അറിഞ്ഞു കഴിയുമ്പോൾ നിങ്ങൾ ഭയത്തിൽ നിന്ന് മുക്തനായിത്തീരുന്നു, നിങ്ങൾ നരകത്തിൽ നിന്ന് മുക്തനാകുന്നു, എല്ലാത്തരം ദുഃസ്വപ്നങ്ങളിൽ നിന്നും മുക്തനാകുന്നു. മഹത്തായ ഒരു സമാധാനം ഉള്ളിൽ വന്ന് നിറയുന്നു. ആ സമാധാനമാകട്ടെ ഒരു ശ്മശാന സമാധാനമല്ല, അത് ആടുകയും പാടുകയും ആഘോഷിക്കുകയും ചെയ്യുന്ന ഒരു സമാധാനമാണ്. ജീവിതം നിറഞ്ഞുനിൽക്കുന്ന ഒരു ശാന്തിയാണത്.

3

പ്രദോഷമനനം

മഹനീയമായതെല്ലാം എപ്പോഴും അസ്തിത്വത്തിന്റെ ഒരു വരദാനമായിരിക്കും. അതൊരിക്കലും നമ്മുടെ നേട്ടമല്ല; വാസ്തവത്തിൽ അത് സംഭവിക്കുന്നത് നമ്മൾ തികച്ചും അസന്നിഹിതനാകുമ്പോഴാണ്. നിങ്ങൾ അസന്നിഹിതനാകുമ്പോഴാണ് പ്രേമം സംഭവിക്കുന്നത്. നിങ്ങൾ അസന്നിഹിതനാകുമ്പോഴാണ് സത്യം സംഭവിക്കുന്നത്, നിങ്ങൾ അസന്നിഹിതനാകുമ്പോഴാണ് പരമാനന്ദം സംഭവിക്കുന്നത്. നിങ്ങളിൽ നിങ്ങൾ അമിതമായി നിറഞ്ഞു നിൽക്കുമ്പോൾ യാതൊന്നും സംഭവിക്കുന്നില്ല. അപ്പോൾ പാരിതോഷികങ്ങൾ വന്നുകൊണ്ടേയിരിക്കുമെങ്കിലും അവ സ്വീകരിക്കുവാൻ നിങ്ങൾ സന്നദ്ധനല്ല.

അഹംബോധം വളരെ സ്വീകരണവിരുദ്ധമാണ്. നമുക്ക് അസ്തിത്വത്തിന്റെ സമ്മാനങ്ങൾ സ്വീകരിക്കാനാവുന്നത് നമ്മൾ തീർത്തും ഒഴിഞ്ഞിരിക്കുമ്പോൾ മാത്രമാണ്. നിങ്ങൾ എത്രകണ്ട് ഒഴിഞ്ഞിരിക്കുന്നുവോ അത്രയും നല്ലത്. അസ്തിത്വം ലുബ്ധനല്ല. അത് ദാനം ചെയ്യുന്നു, വളരെയേറെ ദാനം ചെയ്യുന്നു. അത് എല്ലാം ദാനം ചെയ്യുവാൻ സന്നദ്ധനാണ്, എന്നാൽ നാം സ്വീകരിക്കുവാൻ തയ്യാറല്ല. അതിന്റെ സമ്മാനങ്ങൾ സ്വീകരിക്കുവാൻ നമ്മളിൽ ഇടമില്ല. അതിനാൽ സ്വയം ഒഴിഞ്ഞതാകുവാൻ തുടങ്ങുക. അങ്ങനെയാകുമ്പോൾ നിങ്ങൾ ശരിയായ പാതയിലായിരിക്കും നീങ്ങുന്നത്.

പ്രഭാതമനനം

ധ്യാനം ഒരു മാർഗ്ഗം മാത്രമാണ്, ഒരു രീതി, സ്വഭവനത്തിലേക്ക് തിരിച്ചുപോകാനുള്ള വഴി കണ്ടെത്തുവാനുള്ള ഒരു സാങ്കേതികമാർഗ്ഗം, അത് നിങ്ങളുടെ ഉള്ളിലാണ്. അത് എന്നും അവിടെ ഉണ്ടായിരുന്നു, എന്നും അവിടെ ഉണ്ടായിരിക്കുകയും ചെയ്യും. നിങ്ങൾക്ക് എല്ലായിടത്തും അലഞ്ഞുനടക്കാം, എന്നാലും നിങ്ങളുടെ സ്വന്തം സത്തയിലേക്ക് തിരിച്ചെത്തുന്നില്ലെങ്കിൽ, ഉള്ളിലേക്ക് തിരിഞ്ഞ് നിങ്ങളുടെ സ്വന്തം സത്തയെ കാണുന്നില്ലെങ്കിൽ, നിങ്ങൾ അന്ധകാരത്തിൽ തന്നെ നിലനിൽക്കും. ആ നിമിഷം മുതൽ പിന്നീട് അന്ധകാരമില്ല, ആന്ധ്യം ഇല്ല. എല്ലാ കാര്യങ്ങളും എത്രകണ്ട് ആകാമോ അത്രയും വ്യക്തമാകുന്നു. പ്രശ്നങ്ങളെല്ലാം അപ്രത്യക്ഷമാകുന്നു. ജീവിതം കേവലമൊരു ആഘോഷമായിത്തീരുന്നു.

കൂടുതൽകൂടുതൽ ധ്യാനം ചെയ്യുക. സമയം കിട്ടുമ്പോഴൊക്കെയും അത് ധ്യാനത്തിനായി നീക്കിവെയ്ക്കുവാൻ ശ്രദ്ധിക്കുക. ആദ്യത്തെ മുൻഗണന ധ്യാനത്തിനായിരിക്കണം.

4

പ്രദോഷമനനം

ധ്യാനത്തിന്റെ ദേവൻ മാത്രമാണ് ശരിയായ ദേവൻ. മറ്റുള്ള ദേവന്മാരെല്ലാം കണ്ടുപിടുത്തങ്ങളാണ്- കൗശലക്കാരായ പുരോഹിതന്മാരുടെ കണ്ടുപിടുത്തങ്ങൾ, അത്യാർത്തിയുള്ള മനസ്സുകളുടെ കണ്ടുപിടുത്തങ്ങൾ, ഭയത്തിൽ നിന്നുള്ള കണ്ടുപിടുത്തങ്ങൾ. യഥാർത്ഥമായ ഒരേയൊരു ദൈവം, കണ്ടുപിടുത്തമല്ലാത്ത ദൈവം, ധ്യാനത്തിലൂടെ അനുഭവിക്കപ്പെടുന്നതാണ്. ധ്യാനം നിങ്ങളോട് ചിന്തകൾ ഉപേക്ഷിക്കുവാൻ ആവശ്യപ്പെടുന്നു, ദൈവത്തെക്കുറിച്ചുള്ള ചിന്തകൾ ഉൾപ്പെടെ.

എല്ലാ ചിന്തകളും കാമനകളും ഉപേക്ഷിക്കപ്പെട്ടു കഴിയുമ്പോൾ, അപ്പോൾ നിങ്ങൾ അറിയാനിടയാകുന്നതെന്താണോ, അത് നിങ്ങളുടെ മനസ്സിന്റെ ഭാഗമല്ല. കാരണം തുടക്കത്തിൽ തന്നെ നാം മനസ്സിനെ മാറ്റി വെച്ചിരിക്കുന്നു. ഇപ്പോൾ എന്തെങ്കിലും കണ്ടുപിടിക്കുവാനായി അവിടെ ആരുമില്ല. ഇപ്പോൾ ഉള്ളതെന്താണോ അത് നിങ്ങൾ അറിയുന്നു.

പ്രഭാതമനനം

വിജ്ഞാനികളായിട്ടുള്ളവർക്ക് യഥാർത്ഥത്തിൽ വിവേകിയാകുവാൻ ആഗ്രഹമുണ്ടെങ്കിൽ അവർ അവരുടെ അറിവിനെ ഒരു വശത്തേക്ക് മാറ്റി വെക്കേണ്ടി വരും. അജ്ഞതയല്ല വിവേകത്തിന് വിഘാതമായിരിക്കുന്നത്, അറിവാണ് വിവേകത്തിന് വിഘാതമായിരിക്കുന്നത്. അതിനാൽ അറിവ് തന്നെയാണ് യഥാർത്ഥമായ അജ്ഞത. നിങ്ങൾക്ക് അറിയാവുന്നതൊന്നുംതന്നെ യഥാർത്ഥമായ അറിവല്ല: അത് നിങ്ങളുടെ അറിയലല്ല, അതുകൊണ്ടുതന്നെ യഥാർത്ഥ അറിവുമല്ല. അതിനെ ഒരു വശത്തേക്ക് മാറ്റി വെയ്ക്കുക- വെറും ചപ്പുചവറ് - അങ്ങനെ നിങ്ങൾക്ക് അറിയുമാറാകും.

മറ്റുള്ളവരുടെ കണ്ണുകളിലൂടെയാണ് നിങ്ങൾ നോക്കിക്കൊണ്ടിരിക്കുന്നത്, എങ്ങനെ നിങ്ങൾക്ക് കാണുവാനാകും? എന്റെ കണ്ണുകളിലൂടെ നിങ്ങൾക്ക് കാണുവാൻ കഴിയില്ല, അത് അസാധ്യമാണ്. നിങ്ങൾക്ക് കാണുവാനായി നിങ്ങളുടെ സ്വന്തം കണ്ണുകളുണ്ട്. ഇത് നിങ്ങളുടെ ബാഹ്യമായ കണ്ണുകൾക്ക് മാത്രമല്ല ബാധകമായിരിക്കുന്നത്, അകക്കണ്ണുകൾക്കും കൂടി ബാധകമാണിത്. കടംകൊണ്ട മാർഗ്ഗത്തിലൂടെ നിങ്ങൾക്ക് ജീവിക്കാനാവില്ല- അതാണ് ആളുകൾ ചെയ്തുകൊണ്ടിരിക്കുന്നതും. അതുകൊണ്ടാണ് അവരുടെ ജീവിതം വെറുമൊരു അനുകരണം, ഒരു കാർബൺ കോപ്പി മാത്രമായിരിക്കുന്നത്. അതിന് യാതൊരു സൗന്ദര്യവുമില്ല, യാതൊരു ആഹ്ലാദവുമില്ല. അതിൽ ഒരു നർത്തനവും നിങ്ങൾക്ക് കണ്ടെത്താനാവില്ല. യാതൊരു ആഘോഷവും കാണാനാവില്ല. മൗലികത്തിന് മാത്രമേ നൃത്തം ചെയ്യാൻ കഴിയൂ, ഗാനമാലപിക്കാൻ കഴിയൂ, കാരണം മൗലികനായിരിക്കുമ്പോൾ മാത്രമാണ് നിങ്ങൾ ആഹ്ലാദിക്കുന്നത്.

പ്രദോഷമനനം

മനുഷ്യൻ സാധ്യമായിട്ടുള്ള എല്ലാ രീതിയിലും ആനന്ദം നേടുവാനാണ് ശ്രമിക്കുന്നത്- പണം സമ്പാദിച്ചുകൊണ്ട്, അധികാരത്തിലെത്തിക്കൊണ്ട്, ആദരണീയനായിക്കൊണ്ട്, വിജ്ഞാനിയായിക്കൊണ്ട്. എന്നാൽ ഈ മാർഗ്ഗങ്ങളെല്ലാം പരാജയപ്പെടാൻ വിധിക്കപ്പെട്ടവയാണ്. അവയ്ക്കൊന്നും നിങ്ങൾക്ക് ആനന്ദം നൽകാനാവില്ല. ആനന്ദം വന്നുചേരുന്നത് ഒരു രീതിയിൽ മാത്രമാണ്: നിങ്ങൾ കൂടുതൽ ബോധവാനായിത്തീരുന്നതിലൂടെയാണത്. നിങ്ങൾ എത്രകണ്ട് ബോധവാനായിരിക്കുന്നുവോ, അത്രകണ്ട് ആനന്ദവാനുമായിരിക്കും; എത്ര കുറച്ച് മാത്രം ബോധവാനായിരിക്കുന്നുവോ, അത്രകണ്ട് സന്താപവാനുമായിരിക്കും.

അവബോധം വികസിച്ചുകൊണ്ടിരിക്കുകയും അബോധം ചുരുങ്ങിക്കൊണ്ടിരിക്കുകയും ചെയ്യുന്നതോടെ നിങ്ങൾ ആനന്ദവാനായിത്തീരുന്നു, കൂടുതൽ കൂടുതൽ ആനന്ദപൂർണ്ണനായിത്തീരുന്നു. നിങ്ങൾ ഒരു പുഷ്പം പോലെ വിടരാൻ തുടങ്ങുന്നു. നമ്മൾ മുകുളങ്ങൾ പോലെയാണ്, ഉള്ളിൽ ഒതുങ്ങിയിരിക്കുന്നത്; ആനന്ദം വന്നുചേരുന്നതോടെ നിങ്ങൾ ഒരു പുഷ്പമായിത്തീരുന്നു. പൂർവ്വദേശത്ത് നാം പറയുന്നു, ഒരുവൻ, ഒരു പത്മമായിത്തീരുന്നുവെന്ന്- ഒരായിരം ഇതളുകൾ ഉള്ള ഒരു താമര. എല്ലാവരും ആ ബീജത്തെ സംവഹിക്കുന്നുണ്ട്, ആ മുകുളം. എന്നാൽ ബോധവാനായിത്തീരുവാൻ മഹത്തായ പരിശ്രമം ആവശ്യമുണ്ട്. അബോധം എത്രയോ ജന്മങ്ങളായി നമ്മുടെ ശീലമാണ്. അതിനാൽ അത് ഏതാണ്ട് നമ്മുടെ പ്രകൃതമായിക്കഴിഞ്ഞിരിക്കുന്നു. അതുകൊണ്ട് ഈ നിമിഷം മുതൽ കൂടുതൽ കൂടുതൽ

ബോധവാനാകുവാൻ ശ്രമിക്കുക. നിങ്ങൾ ചെയ്യുന്ന ഓരോ പ്രവൃത്തിയിലും, നിങ്ങൾ ചിന്തിക്കുന്ന, നിങ്ങളനുഭവിക്കുന്ന ഓരോ വികാരത്തിലും കൂടുതൽ കൂടുതൽ ബോധവാന്മാരാവുക. ഇവയാണ് ആ മൂന്ന് മാനങ്ങൾ: മനസ്സാ, വാചാ, കർമ്മണ. ഈ മൂന്ന് മാനങ്ങളിലും കൂടുതൽ ശ്രദ്ധാലുവും കൂടുതൽ ജാഗരൂകനും ആയിത്തീരുക. ഇവക്ക് മൂന്നിനും ഇടയിൽ ആ നാലാമത്തേത്, സാക്ഷി ഉയർന്നുവരുന്നു- അതാണ് നിങ്ങളുടെ ശരിയായ പ്രകൃതം.

എങ്ങനെ ആ സാക്ഷിയെ സൃഷ്ടിക്കുവാൻ കഴിയുമെന്ന് ഒരിക്കൽ നിങ്ങൾ പഠിച്ചു കഴിഞ്ഞാൽ ആ രഹസ്യമായ കല നിങ്ങളറിയുന്നു, നിങ്ങളുടെ സത്തയിലെ ആ ഇരുണ്ട വൻകരയെ വെളിച്ചമായി പരിവർത്തിപ്പിക്കുന്ന രാസവിദ്യ നിങ്ങളറിയുന്നു.

പ്രഭാതമനനം

ഓരോ സത്തയും അദ്വിതീയമാണ്. ദൈവം ഒരിക്കലും കാർബൺ കോപ്പികളെ സൃഷ്ടിക്കുന്നില്ല. അവൻ എപ്പോഴും മൗലികത്തിൽ മാത്രമാണ് വിശ്വസിക്കുന്നത്. അവൻ സത്യമായും ഒരു സ്രഷ്ടാവാണ്. അവൻ ഒന്നും ആവർത്തിക്കുന്നില്ല. എന്നാൽ മനുഷ്യൻ അനുകരണത്തിൽ ജീവിച്ചുകൊണ്ടേയിരിക്കുന്നു. നമ്മൾ മറ്റാരോ ആകുവാൻ ശ്രമിച്ചുകൊണ്ടിരിക്കുന്നു- അത് അസാധ്യമാണ്. നിങ്ങൾ അതിനുവേണ്ടി എന്തു ചെയ്താലും പരാജയപ്പെടുക തന്നെ ചെയ്യും. നിങ്ങൾക്ക് നിങ്ങളായിരിക്കുവാൻ മാത്രമേ കഴിയൂ, മറ്റൊരു സാധ്യതയുമില്ല. പക്ഷെ നമ്മളെല്ലാം ശ്രമിച്ചുകൊണ്ടിരിക്കുന്നത് മറ്റാരോ ആകുവാനാണ്. നമ്മുടെ പരാജയത്തിന്റെ മുഴുവൻകഥയും- നമ്മുടെ ജീവിതമാകുന്ന ദുരന്ത കഥ- അതാണ്.

സ്വയം ബഹുമാനിക്കുവാൻ, സ്വയം സ്നേഹിക്കുവാൻ, സ്വയം അംഗീകരിക്കുവാനും, സ്വയം താൻതന്നെയായിരിക്കുവാനും നിങ്ങളെ സഹായിക്കുക എന്നതാണ് എന്റെ ജോലി. എന്തുകൊണ്ടെന്നാൽ അതു മാത്രമാണ് ഒരേയൊരു സാധ്യതയുള്ളത്. നിങ്ങൾക്ക് മറ്റൊരു വിധത്തിലാകാനാവില്ല, മറ്റൊന്ന് ആകേണ്ട ആവശ്യവുമില്ല- ദൈവം നിങ്ങളെ സൃഷ്ടിച്ചിട്ടുള്ളത് അദ്വിതീയനായിട്ടാണ്. ഞാൻ നിങ്ങൾക്ക് ഒരു പ്രത്യേക സ്വഭാവമോ, ജീവിതശൈലിയോ നൽകുവാൻ ഉദ്ദേശിക്കുന്നില്ല, മറിച്ച് നിങ്ങൾക്ക് നിങ്ങളുടെ സ്വന്തം ജീവിതശൈലി തെരഞ്ഞെടുക്കുവാനും നിങ്ങളുടെ സ്വന്തം വെളിച്ചത്താൽ സ്വയം ജീവിക്കുവാനും സാധിക്കുമാറ് ഒരു ഉൾക്കാഴ്ച, ഒരു അവബോധം പകർന്നു നല്കുക മാത്രമാണ് ഞാൻ ചെയ്യുന്നത്. നിങ്ങളുടെ സ്വന്തമായ വെളിച്ചത്തിൽ നിങ്ങൾ ജീവിക്കുവാൻ തുടങ്ങുമ്പോൾ പൊടുന്നനെ പരമാനന്ദം നിങ്ങളുടേതായിത്തീരുന്നു.

6

പ്രദോഷമനനം

സൃഷ്ടിപരമായി എന്തെങ്കിലും ചെയ്യുമ്പോൾ ഒരു മഹത്തായ സംതൃപ്തിയുണ്ടാകുന്നു നിങ്ങൾ ഒരു പെയ്ന്റിംഗ് ചെയ്തു കഴിയുമ്പോൾ, നിങ്ങൾക്കുമേൽ ഒരു നിശ്ശബ്ദത വന്നു പതിക്കുന്നു. സ്വയം നിറവേറപ്പെട്ടതായി, അർത്ഥപൂർണ്ണനായതായി, സ്വയം പ്രസക്തനായതായി നിങ്ങൾക്ക് തോന്നുന്നു. നിങ്ങൾ ചിലത് ചെയ്തിരിക്കുന്നു. ദൈവത്തിന്റെ പ്രവർത്തനത്തിൽ നിങ്ങൾ പങ്കാളിയായിരിക്കുന്നു. അവനൊരു സ്രഷ്ടാവാണ്, നിങ്ങളും നിങ്ങളുടെ സ്വന്തമായ രീതിയിൽ -വളരെ ചെറുതായ ഒരു രീതിയിലാണെങ്കിലും- ഒരു സ്രഷ്ടാവായിരിക്കുന്നു. നിങ്ങൾ ദൈവത്തോടൊപ്പം പങ്കാളിയായിരിക്കുന്നു, നിങ്ങൾ ദൈവത്തോടൊപ്പം സഞ്ചരിച്ചു- അത് വളരെ കുറച്ച് ചുവടുകൾ മാത്രമായിരിക്കാം, എന്നാലും നിങ്ങൾ ദൈവത്തോടൊപ്പം സഞ്ചരിച്ചു.

എന്നാൽ സൃഷ്ടിപരതയുടെ പരമമായ പ്രവൃത്തി നിങ്ങളുടെ അവബോധത്തിന്റെ ആവിഷ്കാരമാണ്. അതിനുശേഷം നിങ്ങളൊരിക്കലും, ഒരു നിമിഷം പോലും ദൈവത്തെ വിട്ടുപിരിയുന്നില്ല. അതിനുശേഷം ആ തീർത്ഥയാത്ര മുഴുവനും അവനോടൊപ്പമാണ്, അവനുള്ളിലാണ്. സ്വാഭാവികമായും അത് അത്യധികം സാഫല്യദായകമാണ്. ഇതിനേക്കാൾ വലിയ, ഇതിലും മഹത്തരമായ മറ്റൊരു സാഫല്യവും ഉണ്ടാവുക സാധ്യമല്ല. അതാണ് ആ ഉച്ചകോടി.

പ്രഭാതമനനം

ഈ ദിവസത്തിനായി, ഇന്നിനായി തയ്യാറെടുക്കുക; സൂര്യോദയം പടിവാതിൽക്കൽ മുട്ടിക്കഴിഞ്ഞു. നിദ്രയിൽ നിന്ന് പുറത്ത് കടക്കുക. ഇനിയും പുതപ്പിനുള്ളിൽ ചുരുണ്ടുകൂടി കിടക്കാതിരിക്കുക. അതെത്ര സുഖകരമായി തോന്നുന്നുണ്ടെങ്കിലും, നിങ്ങളുടെ മനസ്സ് തിരിഞ്ഞു കിടന്ന് ''ഒരല്പ്പം കൂടി, കുറച്ചു മിനുട്ടുകൾ കൂടി'' എന്ന് പറഞ്ഞുകൊണ്ടിരിക്കുന്നുണ്ടെങ്കിലും, ആ മനസ്സിന് ശ്രദ്ധ കൊടുക്കാതിരിക്കുക. കാരണം ആ 'അല്പസമയം' ഒരിക്കലും അവസാനിക്കുകയില്ല. മനസ്സ് എപ്പോഴും അത് നീട്ടിവെച്ചുകൊണ്ടിരിക്കും. മനസ്സിന് വേണ്ടത് നിങ്ങളുറങ്ങിക്കൊണ്ടിരിക്കലാണ്, കാരണം നിങ്ങളുറങ്ങുമ്പോൾ മാത്രമാണ് മനസ്സിനു നിലനിൽക്കുവാൻ കഴിയുന്നത്. നിങ്ങൾ ജാഗരണം പ്രാപിക്കുമ്പോൾ മനസ്സ് അപ്രത്യക്ഷമാകുന്നു- ഉറക്കത്തിൽ നിന്ന് ഉണരുമ്പോൾ സ്വപ്നങ്ങൾ അപ്രത്യക്ഷമാകുന്നതുപോലെ. മനസ്സ് ഒരു സ്വപ്നപ്രതിഭാസമാണ്. സ്വപ്നങ്ങൾ നിർമ്മിതമായിരിക്കുന്ന അതേ തന്തുവിനാൽ നിർമ്മിതമായത്. അതിനാൽ ഇനി നീട്ടിവെയ്പ്പില്ല- ഉണർന്നെഴുന്നേൽക്കുക.

7

പ്രദോഷമനനം

ആളുകൾ സ്വഭവനത്തിലേക്ക് തിരിച്ചെത്തുന്നതിനുപകരം മറ്റ് നൂറായിരം കാര്യങ്ങൾ ചെയ്തുകൊണ്ടിരിക്കുന്നു. അവർ ദുഃഖിതരാണെങ്കിൽ അതിന്റെ ഉത്തരവാദിത്തം മറ്റുള്ളവരിൽ വെച്ചുകെട്ടിക്കൊണ്ടേയിരിക്കുന്നു. ഭാര്യയാണ് പ്രശ്നമുണ്ടാക്കുന്നത്, അതുകൊണ്ടാണ് താൻ ദുഃഖിതനായിരിക്കുന്നതെന്ന് ഭർത്താവ് വിചാരിക്കുന്നു.... അല്ലെങ്കിൽ സമൂഹമാണ് കാരണം. അതുമല്ലെങ്കിൽ ഭരണകൂടം. ആയിരത്തൊന്ന് ഒഴികഴിവുകളുണ്ട്. അത് നിങ്ങൾക്ക് എപ്പോഴും കണ്ടുപിടിച്ചുകൊണ്ടിരിക്കാം. അത് എപ്പോഴും ലഭ്യവുമാണ്. എവിടെയും ഒന്നും കാണുന്നില്ലെങ്കിൽ നിങ്ങൾക്ക് കണ്ടുപിടിക്കാം. എന്നാൽ ഒരു ഒഴികഴിവും നിങ്ങളെ സഹായിക്കുവാൻ പോകുന്നില്ല, അത് നിങ്ങളുടെ ദുഃഖത്തെ കുറേക്കൂടി നീട്ടിക്കൊണ്ട് പോവുക മാത്രമേയുള്ളൂ. നിങ്ങളുടെ ദുഃഖത്തിന് ഒരു ഒഴികഴിവുമില്ല. സത്യമല്ലാതെ മറ്റൊരു ഒഴികഴിവുമില്ല- സത്യമെന്തെന്നാൽ നിങ്ങൾ നിങ്ങളുടെ സത്തയിൽ നിന്ന് വളരെയകലെയാണ്.

അതിനാൽ നിങ്ങൾ ദുഃഖിതനാണെന്ന് തോന്നുമ്പോൾ, ധ്യാനത്തിലേക്ക് പോവുക: നിശ്ശബ്ദനായിത്തീരുകയും സ്വന്തം ദുഃഖത്തെ നിരീക്ഷിക്കുകയും ചെയ്യുക, അതിനു സാക്ഷിയായിത്തീരുക, അതുമായി താദാത്മ്യം പ്രാപിക്കാതിരിക്കുക. അപ്പോൾ നിങ്ങൾ അതിശയപ്പെടും: എത്രകണ്ട് നിരീക്ഷിക്കുന്നുവോ, അത്രകണ്ട് അത് കുറഞ്ഞുവരുന്നു. നിങ്ങൾ പൂർണ്ണമായും ശ്രദ്ധാലുവായിത്തീരുമ്പോൾ അത് കേവലം അപ്രത്യക്ഷമാവുകയും ചെയ്യുന്നു- അതൊരിക്കലും അവിടെ ഇല്ലായിരുന്നു എന്നപോലെ. ഒരടയാളം പോലും അവിടെ ബാക്കി നിൽക്കുന്നില്ല. പൊടുന്നനെ നിങ്ങളറിയും, ദുഃഖമായി മാറിക്കൊണ്ടിരുന്ന ഊർജ്ജം ഇപ്പോൾ ആനന്ദഹർഷമായിത്തീർന്നിരിക്കുന്നു. നിങ്ങൾ സ്വഭവനത്തിലെത്തിച്ചേർന്നിരിക്കുന്നു.

പ്രഭാതമനനം

ദൈവം സമുദ്രസമാനമാണ്, അനന്തം, അതിരില്ലാത്തത്. നാം ഛിന്നഭിന്നമായിരിക്കുന്നു, കാരണം നാം അതിർവരമ്പുകളുമായി, ശരീരത്തിന്റെ അതിർവരമ്പുകളും മനസ്സിന്റെ അതിർവരമ്പുകളുമായി, താദാത്മ്യം പ്രാപിച്ചിരിക്കുന്നു, ഈ അതിർവരമ്പുകൾ നിങ്ങളെ അകറ്റിനിർത്തുന്നു. ഈ അതിർവരമ്പുകളെ കേവലം ഒഴിവാക്കുക. ഞാൻ പറഞ്ഞുവരുന്നത് നിങ്ങൾ ശരീരത്തെ ഒഴിവാക്കണമെന്നല്ല. ശരീരം വളരെ നല്ലതു തന്നെ. അതിനെ ഉപയോഗിക്കുക; അത് നിങ്ങളുടെ വീടാണ്, അതിനകത്ത് ജീവിക്കുക. പക്ഷെ നിങ്ങൾ ശരീരമാണെന്ന് വിചാരിക്കരുത്. നിങ്ങൾ ശരീരത്തിനകത്താണ്, എന്നാൽ ശരീരമല്ല. നിങ്ങൾ മനസ്സിനകത്താണ്, എന്നാൽ മനസ്സല്ല. ഈ അതിർവരമ്പുകളുമായി നിങ്ങൾ താദാത്മ്യവിമുക്തനായിത്തീരുന്ന നിമിഷം, പൊടുന്നനെ ആ ഗസ്റ്റാൾട്ട് മാറുന്നു. നിങ്ങൾ സ്വയം അതിർവരമ്പുകളില്ലാത്തവനായി അനുഭവിച്ചറിയുന്നു. അത് തന്നെയാണ് ദൈവവും. നിങ്ങൾ സമുദ്രസമാനനായി, അതിബൃഹത്തായിത്തീരുന്നു.

അപ്പോൾ ഒരിടത്തും ദൈവത്തെ അന്വേഷിച്ചു പോകേണ്ട ആവശ്യമുണ്ടാകുന്നില്ല- നിങ്ങൾ അതായിത്തീരുന്നു. ദൈവത്തെ അറിയുവാനുള്ള മാർഗ്ഗം അതു മാത്രവുമാണ്. ദൈവത്തെ അറിയുവാനുള്ള ഏകമാർഗ്ഗം ദൈവമായിത്തീരലാണ്. മറ്റൊരു മാർഗ്ഗവുമില്ല. ദൈവമായിത്തീരാതെ ഒരുവനും ദൈവത്തെ അറിയുവാനാവില്ല.

പ്രദോഷമനനം

ജീവിതം അങ്ങേയറ്റം മനോഹരമായ ഒന്നാണ്. എന്നാൽ നമ്മളാരും അതിനെക്കുറിച്ച് ബോധവാനല്ല, നാം അതിനോട് അന്ധരാണ്. അത് മഹാസൗന്ദര്യമാണ്, എന്നാൽ അത് സ്വീകരിക്കുവാൻ മാത്രം നമ്മൾ സംവേദിയല്ല. ജീവിതം സർവ്വസമ്പൂർണ്ണമാണ്, എന്നാൽ നമ്മുടെ സംവേദനം ഏതാണ്ട് ഇല്ല എന്ന് പറയാം. അതിനാൽ മൊത്തം പ്രശ്നവും എങ്ങനെ സംവേദകത്വം സൃഷ്ടിക്കാം, എങ്ങനെ കൂടുതൽ സജീവനായിത്തീരാം, എങ്ങനെ കൂടുതൽ തുറന്നതായിരിക്കാം, വഴക്കമുള്ളതായിരിക്കാം എന്നുള്ളതാണ്. അതുവഴി നമ്മെ ചൂഴ്ന്നു നിൽക്കുന്ന ജീവിതത്തെ എങ്ങനെ അനുഭവിച്ചറിയുവാൻ കഴിയും എന്നുള്ളതാണ്. നാം ജീവിതത്തോടൊപ്പം ചുവടുവെയ്ക്കാൻ തുടങ്ങുന്ന നിമിഷം, ജീവിതം ദൈവമാകുന്നു, മറ്റൊരു ദൈവവുമില്ലതാനും.

ജീവിതത്തിന് മരണത്തെ അറിയില്ല. ജനനത്തെയും അറിയില്ല. അത് നിത്യമാണ്, നമ്മൾ നിത്യതയുടെ ഭാഗവുമാണ്. പക്ഷെ ദർപ്പണം പോലുള്ള നമ്മുടെ സത്തയ്ക്കുചുറ്റും ഒരുപാട് പൊടിപടലങ്ങൾ പറ്റിപ്പിടിച്ചിരിക്കുന്നതിനാൽ അത് യാതൊന്നും പ്രതിഫലിപ്പിക്കുന്നില്ല. നമ്മുടെ മനസ്സ് നമ്മുടെ അവബോധത്തിന്മേൽ പറ്റിപ്പിടിച്ചിരിക്കുന്ന പൊടിപടലത്തിന്റെ അടുക്ക് പോലെയാണ്. അതിനാൽ യാതൊന്നും പ്രതിഫലിക്കപ്പെടുന്നില്ല. യഥാർത്ഥമായി ഉള്ളതിനെ നമുക്ക് കാണാൻ കഴിയുന്നുമില്ല. നമ്മൾ പൊടിപടലം മാത്രമാണ് കാണുന്നത്. നാം കാണുന്നത് നമ്മുടെ ചിന്തകൾ, നമ്മുടെ കാമനകൾ, നമ്മുടെ

ഓർമ്മകൾ, നമ്മുടെ സ്വപ്നങ്ങൾ മാത്രമാണ്- അത് യാഥാർത്ഥ്യവുമല്ല. ഈ പൊടിപടലങ്ങളെല്ലാം തുടച്ചുമാറ്റപ്പെടുന്നില്ലെങ്കിൽ, യഥാർത്ഥത്തിലുള്ളതെന്താണോ അതിനെ പ്രതിഫലിപ്പിക്കുവാൻ നമുക്കാവില്ല.

ഒരുവൻ കൂടുതൽ കൂടുതൽ നിശ്ശബ്ദനായിത്തീരുന്നതോടെ, ശാന്തനായിത്തീരുന്നതോടെ, ജാഗരൂകനും, സംവേദിയുമായിത്തീരുന്നതോടെ, ജീവിതം കൂടുതൽ മഹത്വമുള്ളതും കൂടുതൽ മനോഹരവും, കൂടുതൽ ആനന്ദപൂർണ്ണവും ആയിത്തീരുന്നു. അതൊരു മഹത്തായ വരദാനമാണ്. എന്നാൽ നാം നമുക്ക് കിട്ടിയ സമയവും അവസരവും നഷ്ടപ്പെടുത്തുകയാണ്. നമുക്ക് നൽകപ്പെട്ടിട്ടുള്ളതിന് അതിന്റേതായ വില കൽപ്പിക്കുവാൻ നമുക്ക് കഴിയുന്നില്ല. നമുക്കത് അർഹതപ്പെടാനാകുന്നില്ല.

പ്രഭാതമനനം

നിങ്ങൾ ദൈവികമാകുന്നു, അരൂപിയാകുന്നു. ദൈവം എന്നാൽ പരിമാണാത്മകമായ വല്ലതുമല്ല. ദൈവം ഒരു ഗുണവിശേഷം മാത്രമാണ്. ദൈവം ദ്രവ്യാത്മകമായ ഒന്നല്ല. അത് ഒരു സാന്നിദ്ധ്യം മാത്രമാണ്. അത് ഒരു പുഷ്പമെന്നതിലേറെ, ഒരു പരിമളമാകുന്നു. ഒരുവന് അതനുഭവിച്ചറിയാൻ സാധിക്കുമെന്നല്ലാതെ, അത് കൈപ്പിടിയിലാക്കാനാവില്ല. ഒരാൾക്കതിനെ ആസ്വദിക്കുവാൻ കഴിയും, സ്നേഹിക്കുവാൻ കഴിയും, അതോടൊപ്പം നൃത്തം ചെയ്യുവാൻ കഴിയും. എന്നാൽ അതിനെ സ്വന്തമാക്കാനാവില്ല. ഒരാൾക്കത് ബാങ്കിലടയ്ക്കാനാവില്ല. ഒരു നിധിയാക്കാനാവില്ല, കാരണം ദൈവം അയാളുടെ സ്വത്തല്ല. അതാണ് അരൂപം എന്നതിന്റെ അർത്ഥം.

ദൈവത്തെ ഒരിക്കലും ഒരു വ്യക്തിയായി കരുതാതിരിക്കുക. അവനെ അസ്തിത്വമാകെ നിറഞ്ഞു നിൽക്കുന്ന ഒരു സാന്നിധ്യമായി കാണുക. അപ്പോൾ ഒരു ക്ഷേത്രത്തിലും പേകേണ്ട കാര്യമില്ല. ഒരു വിഗ്രഹത്തെയും പൂജിക്കേണ്ട കാര്യമില്ല, നിങ്ങൾ എവിടെയായിരുന്നാലും നിങ്ങൾക്ക് അവനുമുമ്പിൽ അഗാധമായ സ്നേഹത്തോടെയും കൃതജ്ഞതയോടെയും കുമ്പിടുവാൻ കഴിയും. നിങ്ങൾ ദൈവവുമായി കണ്ണിച്ചേർക്കപ്പെട്ടിരിക്കുന്നു. നിങ്ങളുടെ ഹൃദയം കൃതജ്ഞതയാലും സമർപ്പണത്താലും നിറഞ്ഞിരിക്കുമ്പോഴൊക്കെ നിങ്ങൾ ദൈവവുമായി കൂട്ടിയിണക്കപ്പെടുന്നു.

പ്രദോഷമനനം

നമ്മളെല്ലാവരും ഈ ഭൂമിയിൽ അപരിചിതരാണ്. നമ്മുടെ യഥാർത്ഥഭവനം മറുകരയിലാണ്. നമ്മൾ ഇവിടെയായിരിക്കുന്നത് വളരുവാൻ സന്നദ്ധമായിക്കൊണ്ട് മാത്രമാണ്, അനുഭവിച്ചറിയുവാൻ പക്വമായിത്തീരുവാൻ, അങ്ങനെ മറുകരയിൽ നാം സ്വീകരിക്കപ്പെടുവാൻ വേണ്ടി മാത്രമാണ്. ഈ ജീവിതത്തിലേക്ക് നാം വന്നെത്തുന്നത് കേവലം കുട്ടികൾ സ്ക്കൂളിലയക്കപ്പെടുന്നതു പോലെയാണ്. ഇത് പഠനത്തിനുള്ള ഒരു ഇടമാണ്. ഇത് നമ്മുടെ ഭവനമല്ല. എത്ര മാത്രം സാധിക്കുന്നുവോ അത്രയും പഠിക്കുക, എത്ര ആഴത്തിൽ സാധിക്കുമോ അത്രയും ആഴത്തിൽ അനുഭവിച്ചറിയുക. നിങ്ങളുടെ ജീവിതം നാനാമാനങ്ങളുള്ളതായിരിക്കട്ടെ, പക്ഷെ ഒരു കാര്യം ഓർത്തിരിക്കുക: ഇത് നമ്മുടെ ഭവനമല്ല. അതിനാൽ സംഗിയായിത്തീരാതിരിക്കുക, ഉടമബോധമുണ്ടാക്കാതിരിക്കുക, അള്ളിപ്പിടിക്കാതിരിക്കുക; അല്ലാത്തപക്ഷം ആരാണ് അക്കരെയ്ക്ക് പോവുക?

പ്രദോഷമാകുമ്പോൾ കുട്ടി സ്കൂൾ വിട്ട് വീട്ടിലേക്ക് പോകുന്നു. പകൽ മുഴുവനും അവൻ സ്ക്കൂളിലാണ്, വൈകുന്നേരമാകുമ്പോൾ അവൻ തിരിച്ചെത്തുന്നു. സ്കൂൾ ഒരു ആവശ്യമാണ്; അത് കൂടാതെ അവന് വളരുവാനാവില്ല. അതിന്റേതായ സുഖദുഃഖങ്ങളോടുകൂടി, അതിന്റെ എല്ലാ വിഡ്ഢിത്തങ്ങളോടും വിവേകങ്ങളോടും കൂടി, എല്ലാ ആഹ്ലാദവിഷാദങ്ങളോടുമൊപ്പം, പതുക്കെപ്പതുക്കെ നാം സന്തുലനം, കേന്ദ്രിതത്വം അഭ്യസിക്കുന്നു. അനേകമനേകം പരമദുഃഖങ്ങളിലൂടെയും പരമാനന്ദങ്ങളിലൂടെയും കടന്നു പോന്നുകൊണ്ട് നമുക്കുള്ളിൽ എന്തെല്ലാമോ

ചിലത് പക്വതയാർജ്ജിക്കുന്നു, ഉദ്ഗ്രഥിതമായിത്തീരുന്നു. അങ്ങനെ നമ്മൾ തയ്യാറാകുമ്പോൾ നമ്മെ സ്വഭവനത്തിലേക്ക് തിരിച്ചു കൊണ്ടുപോകുവാനായി അക്കരെനിന്നും ആ തോണിയെത്തുന്നു- പക്ഷെ നമ്മൾ സന്നദ്ധരായി കഴിയുമ്പോൾ മാത്രം, അല്ലാത്തപക്ഷം നമ്മൾ വീണ്ടും വീണ്ടും അയക്കപ്പെടുന്നു, പാഠം പഠിക്കുന്നതു വരെ.

10

പ്രഭാതമനനം

നിങ്ങൾ ആ ആന്തരികജ്വാലയുടെ അടുത്തേക്ക് എത്തിത്തുടങ്ങവെ, പാത യഥാർത്ഥത്തിൽ ഒരു ദുർഘടമാകുന്നു. പല പടുകുഴികളും അവിടെയുണ്ട്. ഇരുട്ടിൽ നീങ്ങുമ്പോൾ ഒരുവൻ തട്ടിത്തടഞ്ഞു വീഴുന്നു, എവിടെയെങ്കിലും ചെന്നിടിക്കുന്നു; ഇരുട്ടിൽ നീങ്ങവെ ഒരുവൻ തടഞ്ഞുവീഴുകയും വീണ്ടും എഴുന്നേൽക്കേണ്ടി വരികയും ചെയ്യുന്നു. അപ്പോൾ അവന് നിരന്തരമായ പ്രോത്സാഹനം ആവശ്യമാണ്, നിരന്തരമായ പിന്തുണ ആവശ്യമാണ്, അവൻ പിന്തിരിഞ്ഞോടി രക്ഷപ്പെടാതിരിക്കുവാൻ, അതിൽ നിന്ന് അവനെ തടയുവാൻ മറ്റൊരാളിന്റെ ആവശ്യമുണ്ട്. അതാണ് ഗുരുവിന്റെ പ്രവൃത്തി, നിങ്ങളുടെ കൈ പിടിച്ചു കൊണ്ടേയിരിക്കുക. ''ഭയപ്പെടരുത്, ലക്ഷ്യം അതിവിദൂരമല്ല, അത് എത്തിപ്പോയിരിക്കുന്നു'' എന്നു നിങ്ങളോട് പറഞ്ഞുകൊണ്ടേയിരിക്കുവാൻ. അതൊരിക്കലും തൊട്ടടുത്ത കവലയിലല്ല, ഓർക്കുക.... എന്നാലും ഗുരു എപ്പോഴും പറയുന്നു, അത് തൊട്ടടുത്ത കവലയിൽ തന്നെയാണെന്ന്. ഒരു ദിനം അത് തൊട്ടടുത്തെത്തുന്നു. എന്നാൽ ഒരുവൻ ആ ദിനത്തിനുവേണ്ടി കാത്തിരിക്കേണ്ടതുണ്ട്, ക്ഷമയോടെയിരിക്കേണ്ടതുണ്ട്.

10

പ്രദോഷമനനം

ഞാനൊരു വലിയപാട്ടുകാരന്റെ കഥ കേട്ടിട്ടുണ്ട്. അദ്ദേഹം ഒരു പാട്ടുപാടുകയായിരുന്നു. അദ്ദേഹത്തെ ശ്രവിച്ചുകൊണ്ടിരുന്നവർ വലിയ സംഗീതപ്രേമിക ളുമായിരുന്നു. അദ്ദേഹം ഒരു പാട്ടുപാടിക്കഴിഞ്ഞ പ്പോൾ ആളുകൾ വിളിച്ചു പറഞ്ഞു, ''വീണ്ടും, ഒരി ക്കൽക്കൂടി.'' താൻ വളരെ നന്നായി സ്വീകരിക്കപ്പെട്ടല്ലോ എന്നോർത്ത് സന്തോഷത്തോടുകൂടി അയാളത് വീണ്ടും പാടി. അതു മുഴുമിച്ച് കഴിഞ്ഞപ്പോൾ ആൾക്കൂട്ടം ഒന്നടങ്കം കൂടുതൽ ഉച്ചത്തിൽ വിളിച്ചു പറഞ്ഞു, ''വീണ്ടും ഒരിക്കൽ കൂടി.'' അദ്ദേഹം വീണ്ടും പാടിക്കഴിഞ്ഞപ്പോൾ മൂന്നാം തവണയും ആളുകൾ ഉച്ചത്തിൽ വിളിച്ചു പറഞ്ഞു: ''ഒരിക്കൽ കൂടി.'' അപ്പോൾ അദ്ദേഹം പറഞ്ഞു, ''പക്ഷെ എനിക്ക് മറ്റു പാട്ടുകളും പാടുവാൻ കഴിയും.'' അപ്പോൾ ആൾക്കൂട്ടത്തിൽ നിന്ന് ഒരാൾ വിളിച്ചു പറഞ്ഞു, ''നിങ്ങൾ അത് ശരിയായി പാടുന്നതുവരെ വീണ്ടും വീണ്ടും വീണ്ടും' പാടണമെന്ന് ഞങ്ങൾ പറഞ്ഞുകൊണ്ടിരിക്കും.''

അതാണ് ജീവിതത്തിൽ സംഭവിക്കുന്നത്: നമ്മൾ വീണ്ടും വീണ്ടും വീണ്ടും അയക്കപ്പെടുന്നു. നിങ്ങൾ മരിച്ചു പോയേക്കാം. എങ്കിലും നിങ്ങൾ വീണ്ടും തിരി ച്ചയക്കപ്പെടും, ആ പാഠം പഠിക്കുന്നതുവരെ.

11

പ്രഭാതമനനം

ശരാശരിയിൽ താഴ്ന്നവർ ജീവിക്കുന്നത് മറ്റുള്ള വർക്കനുസരിച്ചാണ്; ധൈഷണികനായ വ്യക്തി തന്റെ സ്വന്തം വെളിച്ചമനുസരിച്ച് ജീവിക്കുന്നവനാണ്. അത് എത്രമാത്രം അപകടം പിടിച്ചതാണെങ്കിലും അതേ റ്റെടുക്കുവാൻ അവന് പ്രാപ്തിയുണ്ട്. കാരണം അയാൾ തന്റെ സ്വന്തം ധിഷണയെയാണ് ആശ്രയി ക്കുന്നത്. അയാൾക്കറിയാം, വെല്ലുവിളി എത്ര വലു താണോ, തന്റെ ധിഷണ അത്രയും വലുതാകും എന്ന്; അതിനാൽ അയാൾ വെല്ലുവിളികളെ ഏറ്റെടുക്കുന്നു. അയാൾ അപകടങ്ങളിൽ ജീവിക്കുന്നു, എന്തുകൊ ണ്ടെന്നാൽ ധിഷണ വളരുന്നത് അപകടങ്ങളിൽ മാത്രമാണ്, അരക്ഷിതത്വത്തിൽ മാത്രമാണ്. യാതൊ രു ആപത്തുമില്ലാതിരിക്കുമ്പോൾ, യാതൊരു അര ക്ഷിതത്വവും ഇല്ലാതിരിക്കുമ്പോൾ, ധിഷണ ക്ഷയി ച്ചുപോകുന്നു. അതാണ് ഞാൻ ശരാശരിയിൽ താഴ്ന്ന വ്യക്തി എന്നതുകൊണ്ട് ഉദ്ദേശിക്കുന്നത്: സ്വന്തം ധിഷണയെ ക്ഷയിക്കുവാൻ അനുവദിച്ചവൻ, സ്വന്തം ധിഷണയിൽ തുരുമ്പു കയറുവാൻ അനുവദിച്ചവൻ.

ധ്യാനം നിങ്ങളുടെ ധിഷണയ്ക്ക് കൂടുതൽ കൂടു തൽ മൂർച്ച കൂട്ടിക്കൊണ്ടിരിക്കുവാനുള്ള മാർഗ്ഗമാണ്. നിങ്ങൾക്ക് ധിഷണ എത്ര കൂടുതലുണ്ടോ, അത്രകണ്ട് നിങ്ങൾ ദൈവത്തോട് അടുത്തുവരുന്നു.

പ്രദോഷ മനനം

രണ്ട് തരത്തിൽപ്പെട്ട മനുഷ്യരേ ഈ ലോകത്തുള്ളു, പരാതി പറയുന്നവരും പുകഴ്ത്തുന്നവരും. പരാതിക്കാർ ദുഃഖിതരായിത്തന്നെ അവശേഷിക്കുന്നു. എന്തുകൊണ്ടെന്നാൽ അവരുടെ ഹൃദയം ഒരിക്കലും തുറക്കുന്നില്ല, അവരൊരിക്കലും ഒരു പുഷ്പമായിത്തീരുന്നില്ല. അവരുടെ സമീപനം തന്നെ നിഷേധാത്മകമാണ്. അവർ കാര്യങ്ങളുടെ കറുത്തവശങ്ങൾ മാത്രമേ കാണുന്നുള്ളു. തെളിച്ചമുള്ള വശത്തേയ്ക്ക് അവരൊരിക്കലും നോക്കുന്നില്ല. അവർ മുള്ളുകളെണ്ണിക്കൊണ്ടിരിക്കുന്നു, റോസാപ്പൂക്കളെ കാണുന്നില്ല, അവയെ പുകഴ്ത്തുന്നില്ല.

പൂക്കളുടെ മനോഹാരിതയെക്കുറിച്ച് സ്തുതിക്കുവാൻ തുടങ്ങുമ്പോൾ അന്ധകാരത്തിന്റെ നിശ്ശബ്ദതയെക്കുറിച്ചും സമുദ്രത്തിനുനേരെ പാഞ്ഞുകൊണ്ടിരിക്കുന്ന പുഴകളെക്കുറിച്ചും സ്തുതിക്കുവാൻ തുടങ്ങുമ്പോൾ, നിങ്ങൾക്കുള്ളിൽ ചിലത് വിടർന്നുവരുന്നു. നിങ്ങളും വളരുവാൻ തുടങ്ങുന്നു. ഇപ്പോൾ നിങ്ങൾ അടങ്ങിയിരിക്കുന്നില്ല, ആ സ്തുതി നിങ്ങൾക്കും അസ്തിത്വത്തിനുമിടയ്ക്കുള്ള ഒരു പാലമായിത്തീരുന്നു. നിങ്ങൾ കൂടുതൽ സംവേദിയായിത്തീരുന്നു, കൂടുതൽ കൂടുതൽ കാവ്യാത്മകനും സൗന്ദര്യാസ്വാദകനുമായിത്തീരുന്നു. നിങ്ങളുടെ സംവേദകത്വം നമുക്ക് ചുറ്റുമുള്ള അതിമഹത്തായ സൗന്ദര്യത്തെക്കുറിച്ച് നിങ്ങളെ ബോധവാന്മാരാക്കുന്നു. അത് നിങ്ങളെ ഈ പ്രപഞ്ചത്തിന്റെ ആദിയോ അന്തമോ ഇല്ലാത്ത, ആഴമളക്കുവാൻ കഴിയാത്ത നിഗൂഢവിസ്മയത്തെക്കുറിച്ച് ബോധവാനാക്കുന്നു. ഈ മഹാനിഗൂഢതയുടെ ഭാഗമാണ് നമ്മളും എന്ന ബോധം അതിമഹത്തായ ആഹ്ലാദം സൃഷ്ടിക്കുന്നു. തത്ഫലമായി ഉയർന്നുവരുന്ന അവസ്ഥ, ആ അവസ്ഥയാണ് പ്രാർത്ഥന; പരമാനന്ദമാകട്ടെ, പ്രാർത്ഥനയുടെ പരിമളവും.

പ്രഭാതമനനം

ജീവിതം ഒരു ദുസ്സ്വപ്നം പോലെയാണ്: ഒരു ദുസ്സ്വപ്നം കണ്ടു സഹിച്ചുകൊണ്ടിരിക്കുമ്പോൾ നിങ്ങൾക്കാവശ്യം ഉണരുവാനായി സകല ഊർജ്ജവും ഉപയോഗപ്പെടുത്തലാണ്. മറ്റൊന്നും ആവശ്യമില്ല. നിങ്ങളെ ഒരു സിംഹം പിന്തുടർന്നു കൊണ്ടിരിക്കുകയാണെങ്കിൽ, അപ്പോൾ തിരിഞ്ഞു നിന്ന് ആ സിംഹത്തെ കൊല്ലേണ്ട കാര്യമില്ല. കാരണം അവിടെയൊരു സിംഹമേയില്ല. നിങ്ങളൊരു പാറയ്ക്കടിയിൽ കിടന്ന് ഞെരിയുകയാണെങ്കിൽ, ആ പാറയെ നീക്കം ചെയ്യുവാനായി ബുദ്ധിമുട്ടേണ്ടതില്ല. അത് ഒരുപക്ഷെ നിങ്ങളുടെ സ്വന്തം തലയിണയായിരിക്കാം....നിങ്ങൾ ചെയ്യേണ്ടത് ഉണർന്നെഴുന്നേൽക്കുക മാത്രമാണ്.

പ്രദോഷ മനനം

ജീവിതത്തിനായി ഒരു സംഭാവനയും ചെയ്യാതെ ആർക്കും ഒരിക്കലും പരമാനന്ദമനുഭവിക്കുവാൻ സാധ്യമല്ല. അതുകൊണ്ട് പലരും പരമാനന്ദം തേടുന്നുണ്ടെങ്കിലും അവരെല്ലാം പരാജയപ്പെടുകയാണ് ചെയ്യുന്നത്. അതിനുള്ള ലളിതമായ കാരണം അവർ സൃഷ്ട്യുന്മുഖരല്ല എന്നുള്ളതാണ്. അവർ യാതൊന്നും സൃഷ്ടിക്കുന്നില്ല. ഈ ലോകത്ത് ഒരു ആഹ്ലാദമുണ്ടെങ്കിൽ അത് വല്ലതും സൃഷ്ടിക്കുന്നതിന്റെ ആഹ്ലാദം മാത്രമാണ്. അത് എന്തുതന്നെയായാലും.... ഒരുപക്ഷെ ഒരു കവിത, ഒരു ഗാനം, ഒരല്പം സംഗീതം.... എന്തായാലും. എന്തെങ്കിലുമൊന്ന് സൃഷ്ടിക്കാത്തിടത്തോളം നിങ്ങൾക്ക് സംതൃപ്തി ഉണ്ടാവുകയില്ല.

വല്ലതും സൃഷ്ടിക്കുന്നതിലൂടെ മാത്രമേ നിങ്ങൾ ദൈവത്തിന്റെ സത്തയിൽ പങ്കാളിയാകുന്നുള്ളു. ദൈവം സർവ്വത്തിന്റെയും സ്രഷ്ടാവാണ്. നിങ്ങൾ ഒരു ചെറിയ കാര്യം സൃഷ്ടിക്കുമ്പോൾ, ഒരു ചെറിയ രീതിയിൽ നിങ്ങളും ദൈവത്തിന്റെ ഭാഗമായിത്തീരുന്നു. നിങ്ങൾക്കും ദൈവത്തിനും ഇടയിലുള്ള ആ വിടവ് നികത്തുവാനുള്ള ഒരേയൊരു മാർഗ്ഗമാണത്. മറ്റൊരു പ്രാർത്ഥനയും പ്രയോജനപ്പെടാൻ പോകുന്നില്ല. ഒരു അനുഷ്ഠാനത്തിനും പ്രസക്തിയില്ല. അതെല്ലാം കൗശലക്കാരും കുശലബുദ്ധികളുമായ പുരോഹിതന്മാർ കണ്ടുപിടിച്ച വഞ്ചനാപരമായ തന്ത്രങ്ങൾ മാത്രമാണ്. യഥാർത്ഥമായ പ്രാർത്ഥന സൃഷ്ട്യുന്മുഖരായിരിക്കലാണ്. നിങ്ങളുടെശേഷി എന്തെന്ന് നിങ്ങൾക്കറിഞ്ഞുകൂടെങ്കിൽ നിങ്ങൾക്കെങ്ങനെ സൃഷ്ടിപരനാകുവാൻ കഴിയും? നിങ്ങൾക്ക് സൃഷ്ടിപരനാകുവാനും സംതൃപ്തിയടയുവാനും കഴിയുന്നത് ഏത് ദിശയിൽ നീങ്ങിയാലാണെന്ന് അറിഞ്ഞു

കൂടെങ്കിൽ, നിങ്ങൾക്കെങ്ങനെ സൃഷ്ടിപരനാകുവാൻ കഴിയും. ധ്യാനത്തിന്റെ പ്രവർത്തനം നിങ്ങളുടെ സാധ്യതാശേഷിയെക്കുറിച്ച് നിങ്ങളെ ബോധവാനാക്കുന്നു. അത് കേവലം നിങ്ങളുടെ ഉള്ളിലേക്ക് വെളിച്ചം വിതറുന്നു, ആന്തരിക സത്തയിലെ സന്ദേശം നിങ്ങൾക്ക് വായിച്ചെടുക്കുവാൻ കഴിയത്തക്കവിധം അത് നിങ്ങളുടെ ആന്തരികതയിലേക്ക് വെളിച്ചത്തെ കേന്ദ്രീകരിച്ചു വിടുന്നു.

പ്രഭാതമനനം

ജീവിതം ഒരു വരദാനമാണ്. എന്നാൽ വളരെക്കുറച്ചുപേർ മാത്രമാണ് അത് തിരിച്ചറിയുന്നത്, കാരണം ദൈവം യാതൊരു ഒച്ചപ്പാടും കൂടാതെയാണ് ജീവിതം നൽകിക്കൊണ്ടേയിരിക്കുന്നത്. വളരെ വിലപിടിച്ച ചിലതാണ് നമുക്ക് നൽകപ്പെട്ടുകൊണ്ടിരിക്കുന്നത് എന്നതിനെക്കുറിച്ച് നാമൊരിക്കലും ബോധവാന്മാരാകാത്തവിധം അത്രയും നിശ്ശബ്ദമായിട്ടാണ് അവ നൽകപ്പെടുന്നത്. നന്ദിവാക്ക് കേൾക്കുവാനായി ദൈവം കാത്തുനിൽക്കുന്നുമില്ല. അവനൊരിക്കലും അതൊരു പ്രദർശനമാക്കുന്നില്ല. ''അസ്തിത്വത്തിലെ ഏറ്റവും അമൂല്യമായ കാര്യമാണ് ഞാൻ നിനക്ക് നൽകുന്നത്: ജീവൻ, അവബോധം, പ്രേമം.....'' എന്ന് അവൻ നിങ്ങളുടെ ചെവിയിൽ മന്ത്രിക്കുന്നുപോലുമില്ല. എങ്ങനെയാണ് നൽകേണ്ടതെന്ന് അവന് ശരിക്കും അറിയാം. അതാണ് ദാനം ചെയ്യലിന്റെ കല: ആർക്കാണോ ആ വരം ദാനം ചെയ്യപ്പെടുന്നത് അയാൾ അതിനെപ്പറ്റി അറിയരുത്; അല്ലാത്തപക്ഷം അത് ഒരല്പം അവഹേളിക്കലാവും, അയാൾ അവമതിക്കപ്പെട്ടതായി തോന്നും.

അതിനാൽ ദൈവം ആളെ അറിയിക്കാതെയാണ് ദാനം ചെയ്യുന്നത്, സ്വീകർത്താക്കളായ ആളുകൾ ഒരിക്കലും ആ വരത്തെക്കുറിച്ച് അറിയാത്തവിധത്തിൽ. തങ്ങൾക്ക് നൽകപ്പെട്ടത് എത്ര മഹത്തായ വരദാനമാണെന്നതിനെക്കുറിച്ച് അറിയുവാൻ ബോധപൂർവ്വമായൊരു ശ്രമം നടത്താത്തിടത്തോളം അവരതറിയുന്നില്ല. അതിനെക്കുറിച്ച് ബോധവാനായിത്തീരുകയാണെങ്കിൽ, കൂടുതൽ സ്വീകരിക്കുവാൻ നിങ്ങൾ പ്രാപ്തരായിത്തീരുകയും ചെയ്യുന്നു. നിങ്ങൾ അതി

ൽ നന്ദിയുള്ളവരായിത്തീരുമ്പോൾ കൂടുതൽ സ്വീകരിക്കുവാൻ നിങ്ങൾ അർഹരാകുന്നു.

തനിക്കു സംഭവിച്ചുകൊണ്ടിരിക്കുന്ന എല്ലാറ്റിനും വേണ്ടി ദൈവത്തോട് നന്ദി പറയുന്ന വ്യക്തിക്ക് ദൈവത്തിൽ നിന്ന് വീണ്ടും വീണ്ടും വരദാനങ്ങൾ ലഭിച്ചുകൊണ്ടിരിക്കുന്നു. എന്തുകൊണ്ടെന്നാൽ കൃതജ്ഞതാപൂർണ്ണമായ ഹൃദയം കൂടുതൽ കൂടുതൽ തുറന്നതായിത്തീരുന്നു, നന്ദിയുള്ള ഒരു ഹൃദയം കൂടുതൽ കൂടുതൽ സ്വീകരണാത്മകമായിത്തീരുന്നു. എല്ലാം ഒരു വരദാനമാണെന്ന് സ്വയം ഓർമ്മപ്പെടുത്തുക. നിങ്ങൾക്ക് സംഭവിച്ചിട്ടുള്ളതെല്ലാം മഹത്തായ വരദാനമാണ്- എല്ലാ ദുഃഖങ്ങളും സുഖങ്ങളും; എല്ലാ പരമവേദനകളും പരമാനന്ദങ്ങളും, എല്ലാ ഉയർച്ചകളും താഴ്ച്ചകളും. എല്ലാം മനോഹരമാണ്. കാരണം എല്ലാംതന്നെ നിങ്ങളുടെ വളർച്ചയിലേക്ക്, നിങ്ങളുടെ പരമമായ പ്രഫുല്ലനത്തിലേക്ക് സംഭാവന ചെയ്തുകൊണ്ടിരിക്കുന്നു.

പ്രദോഷ മനനം

മനുഷ്യൻ അവന്റെയുള്ളിൽ അതിമഹത്തായ സംഗീതത്തിനുള്ള ശേഷി സംവഹിക്കുന്നുണ്ട്. ഞാൻ 'മനുഷ്യൻ' എന്നുപറയുമ്പോൾ എല്ലാ മനുഷ്യരെയുമാണ് ഉദ്ദേശിക്കുന്നത്. എന്നാൽ ഞാൻ 'സംഗീതം' എന്നു പറയുമ്പോൾ സാധാരണസംഗീതത്തെയല്ല ഉദ്ദേശിക്കുന്നത്. സാധാരണമായ അർത്ഥത്തിൽ എല്ലാവർക്കും ഒരു സംഗീതജ്ഞനാകാൻ കഴിയില്ല. വളരെക്കുറച്ചുപേർക്ക് മാത്രമേ ആ പ്രതിഭയുള്ളു. അത് ജന്മസിദ്ധമാണ്. എന്നാൽ സംഗീതം എന്നതിന്റെ ഞാനുദ്ദേശിക്കുന്ന അർത്ഥം വളരെ വ്യത്യസ്തമാണ്. ഞാനുദ്ദേശിക്കുന്നത് സ്വരൈക്യത്തിന്റെ ആന്തരികാനുഭവത്തെയാണ്. അത് നമുക്ക് സൃഷ്ടിക്കുവാൻ കഴിയുന്ന ഏതൊരു സംഗീതത്തേക്കാളും സംഗീതാത്മകമാണ്. അത് സൃഷ്ടിക്കപ്പെടാത്ത സംഗീതമാണ്. ഒരു ഉപകരണവും അതിനാവശ്യമില്ല, വൈദഗ്ദ്ധ്യത്തിനായുള്ള ഒരു പരിശീലനവും ആവശ്യമില്ല. അത് ശ്രവിക്കുവാൻ നിങ്ങൾക്ക് വേണ്ടത് അഗാധമായൊരു നിശ്ശബ്ദത മാത്രമാണ്. അത് നേരത്തെ തന്നെ അവിടെയുണ്ട്. നിങ്ങളുടെ ജീവൻ തന്നെയാണത്. സെൻദർശനക്കാർ അതിനെ 'ഒറ്റക്കയ്യടി നാദം' എന്നാണ് വിളിക്കുന്നത്.

സാധാരണസംഗീതത്തിൽ എപ്പോഴും രണ്ട് കാര്യങ്ങൾ ആവശ്യമുണ്ട്, അപ്പോൾ മാത്രമേ നാദം സൃഷ്ടിക്കുവാൻ കഴിയൂ. നിങ്ങൾ ഒരു ഗിറ്റാർ വായിക്കുകയാണെങ്കിൽ, അതിന്റെ കമ്പികളിൽ നിങ്ങളുടെ വിരലുകൾ ഉപയോഗിക്കുമ്പോൾ മാത്രമാണ് സംഗീതമുണ്ടാകുന്നത്. നിങ്ങളുടെ വിരലുകൾ ഉണ്ടാക്കുന്ന സമ്മർദ്ദത്തിലൂടെ മാത്രമാണ് തന്ത്രികളിൽ സംഗീതമുണ്ടാകുന്നത്. എന്നാൽ ആന്തരികസംഗീതം

നേരത്തെ തന്നെ അവിടെയുള്ളതാണ്. അത് നിങ്ങളുടെ ഹൃദയസ്പന്ദനം പോലെ തന്നെയാണ്; അതിനേക്കാൾ അല്പം കൂടി ആഴത്തിലുള്ളത്, ഹൃദയസ്പന്ദനത്തേക്കാൾ ഒരല്പം കൂടി നിഗൂഢമായത്. അത് നിങ്ങളുടെ യഥാർത്ഥഹൃദയത്തിന്റെ സ്പന്ദനമാണ്.

പ്രഭാതമനനം

ദൈവത്തിന് ഒരു രൂപമില്ല, ഒരു നാമമില്ല, ഒരു നിർവ്വചനവുമില്ല. ദൈവം നിർവ്വചനാതീതനാണ്, വിവരണാതീതനാണ്, ആവിഷ്കാരാതീതനാണ്. അതിനാൽ ദൈവത്തെപ്പറ്റി എന്തെല്ലാം പറയപ്പെട്ടിട്ടുണ്ടോ അതെല്ലാം തെറ്റാണ്. പറയപ്പെടുന്ന നിമിഷത്തിൽ തന്നെ അത് തെറ്റായിത്തീരുന്നു.

ദൈവത്തിന്റെ കാര്യത്തിൽ ഒരുവന് ശരിയായിരിക്കാൻ കഴിയുന്നത് അയാൾ നിശ്ശബ്ദനായിരിക്കുമ്പോൾ മാത്രമാണ്. ഒരൊറ്റ വാക്കെങ്കിലും ഉച്ചരിച്ചു കഴിഞ്ഞാൽ നിങ്ങൾക്ക് കാര്യം നഷ്ടമായിക്കഴിഞ്ഞു. ദൈവത്തെക്കുറിച്ച് യാതൊന്നും പറയുവാൻ സാധ്യമല്ല. എന്നാൽ ദൈവത്തിന് ഒരനുഭവമാകുവാൻ കഴിയും. തെളിവൊന്നുമില്ല, യുക്തിപരമായ ഉറപ്പൊന്നുമില്ല, എന്നാൽ അസ്തിത്വാത്മകമായ ചിലതുണ്ട്.

സന്ന്യാസമെന്നാൽ കാര്യങ്ങളെ നോക്കിക്കാണുന്ന ഒരു പുത്തൻ രീതിയാകുന്നു. പതുക്കെ പതുക്കെ എല്ലായിടത്തുനിന്നും ദൈവം പുറത്തിറങ്ങിവരാൻ തുടങ്ങുന്ന തരത്തിൽ കാര്യങ്ങളെ നോക്കിക്കാണുന്ന ഒരു രീതിയാണത്. അവന് രൂപമൊന്നുമില്ലെങ്കിലും, സാധ്യമായ എല്ലാ രൂപങ്ങളിലും അവൻ സ്വയം ആവിഷ്കൃതമാകുവാൻ തുടങ്ങുന്നു. എല്ലാ രൂപങ്ങളിലും നിങ്ങൾ അവനെ അനുഭവിച്ചറിയുവാൻ തുടങ്ങുന്നു.

ഒരർത്ഥത്തിൽ, ഒരു തിരയും സമുദ്രമല്ല; മറ്റൊരർത്ഥത്തിൽ എല്ലാ തിരയും സമുദ്രമാകുന്നു. ഒരർത്ഥത്തിൽ ഒരു രൂപവും ദൈവമല്ല; മറ്റൊരർത്ഥത്തിൽ എല്ലാ രൂപങ്ങളും ദൈവികതയാകുന്നു.

മനസ്സിന് അറിയുവാൻ കഴിയുന്നില്ല. കാരണം മനസ്സിന് രൂപങ്ങളെ മാത്രമേ പിടിച്ചെടുക്കുവാൻ കഴി

യൂ. രൂപരഹിതത്തെ അറിയുവാൻ മനസ്സിനപ്പുറം പോകേണ്ടി വരും, ദിവസേന അല്പ്പനിമിഷങ്ങളെങ്കിലും മനസ്സിനെ കൈവെടിയേണ്ടി വരും. അങ്ങനെ നിങ്ങ ൾക്ക് ദൈവത്തിൽ കുളിച്ചുനിൽക്കുവാൻ കഴിയും. ആ അല്പ്പം ചില നിമിഷങ്ങളാണ് യഥാർത്ഥമായ നിമിഷങ്ങൾ. അവ മാത്രമാണ് നിങ്ങൾ യഥാർത്ഥ ത്തിൽ ജീവിച്ചിട്ടുള്ള നിമിഷങ്ങൾ. മറ്റുള്ള നിമിഷ ങ്ങളെല്ലാം അഴുക്കുചാലിലൂടെ ഒഴുകിപ്പോകും, അവ സംരക്ഷിക്കപ്പെടുകയില്ല. ദൈവത്തോടൊപ്പം ജീവി ച്ചിട്ടുള്ള, ദൈവസാന്നിധ്യമുണ്ടായിട്ടുള്ള ആ നിമിഷ ങ്ങൾ മാത്രമേ സംരക്ഷിക്കപ്പെടുന്നുള്ളു.

പ്രദോഷ മനനം

അവബോധത്തിന്റെ രണ്ട് പ്രവാഹങ്ങളാണുണ്ടായിട്ടുള്ളത്. ഒന്ന് തത്വചിന്തകന്മാരുടേത്- പടിഞ്ഞാറ് തത്വചിന്തയുടെ പിതാവായ, ഉപജ്ഞാതാവായ അരിസ്റ്റോട്ടിൽ. മറ്റേത് ഋഷിവര്യന്മാരുടേത്. അത് തികച്ചും വ്യത്യസ്തമായൊരു പ്രവാഹമാണ്. അതിന് തത്വചിന്തയുമായി ബന്ധമൊന്നുമില്ല. അത് അസ്തിത്വാത്മകമായ അനുഭവത്തിൽ വേരുറച്ചുനിൽക്കുന്നു. എന്നാൽ മഹാനായ ഒരു ഋഷിവര്യൻ ജീവിച്ചിരുന്നപ്പോഴൊക്കെയും, അങ്ങനെയുള്ള സന്ദർഭങ്ങളിൽ ഏതാണ്ട് എല്ലായ്പ്പോഴുംതന്നെ, അദ്ദേഹത്തിന്റെ അനുയായികൾ ഈ രണ്ട് കൈവഴികളായി വിഭജിക്കപ്പെട്ടിട്ടുണ്ട്.

യഥാർത്ഥ അനുയായികൾ, ഗുരുവിനെ മനസ്സിലാക്കിയിട്ടുള്ളവർ, യഥാർത്ഥത്തിൽ ഗുരുവിനെ പ്രേമിച്ചിട്ടുള്ളവർ ഋഷിമാരായിത്തീർന്നു. ഗുരുവിന്റെ വാക്കുകളെ മാത്രം മനസ്സിലാക്കിയിട്ടുള്ളവർ വളരെ അറിവുള്ളവരായിത്തീർന്നു, വിജ്ഞാനികൾ. അവർ ത്വചിന്തകന്മാരായിത്തീർന്നു.

സോക്രട്ടീസ് ഒരു ഋഷിയായിരുന്നു. പ്ലാറ്റോ അദ്ദേഹത്തിന്റെ ശിഷ്യനായിരുന്നുവെങ്കിലും അദ്ദേഹത്തിന് വഴിതെറ്റി, അദ്ദേഹം തത്വചിന്തകനായിത്തീർന്നു. അരിസ്റ്റോട്ടിൽ പ്ലാറ്റോയുടെ ശിഷ്യനായിരുന്നു.

അതിനാൽ ഈ നിമിഷം മുതൽ ഓർത്തുകൊള്ളുക: എന്റെ വഴി ഋഷിമാരുടെ വഴിയാകുന്നു. തത്വചിന്തകന്റെ വഴിയല്ല അത്. ഞാൻ പരമാനന്ദത്തിലാണ് വിശ്വസിക്കുന്നത്, പരമാനന്ദത്തെക്കുറിച്ചുള്ള സിദ്ധാന്തങ്ങളിലല്ല. നിങ്ങൾ അത് രുചിച്ചു നോക്കുവാനാണ്, കേവലം അതിനെക്കുറിച്ച് ചിന്തിക്കുവാൻ മാത്രമല്ല, ഞാനിഷ്ടപ്പെടുന്നത്. ആഹാരത്തെക്കുറിച്ച് ചിന്തിച്ചുകൊണ്ടേയിരിക്കുന്നതിൽ കാര്യമില്ല- അത്

നിങ്ങൾക്ക് പോഷണം തരികയില്ല. വെള്ളത്തെക്കുറിച്ച് ചിന്തിച്ചുകൊണ്ടിരിക്കുന്നത് വെറും മണ്ടത്തരമാണ്. എന്തുകൊണ്ട്? നദി ഒഴുകി കൊണ്ടിരിക്കുമ്പോൾ, നിങ്ങൾക്ക് അത് കുടിക്കുകയും ദാഹം ശമിപ്പിക്കുകയും ചെയ്യാം. നദിക്കരയിൽ നിന്നുകൊണ്ട് അല്ലെങ്കിൽ ഇരുന്നുകൊണ്ട് വെള്ളത്തെക്കുറിച്ച് ചിന്തിച്ചുകൊണ്ടിരിക്കുന്ന, വെള്ളത്തെക്കുറിച്ച് സിദ്ധാന്തങ്ങൾ രൂപീകരിച്ചുകൊണ്ടിരിക്കുന്ന മണ്ടന്മാരായ ആളുകളുണ്ട്! വെള്ളത്തിൽ എന്തെല്ലാം മൂലകങ്ങളാണ് അടങ്ങിയിട്ടുള്ളതെന്നെല്ലാം അവർ കണ്ടുപിടിച്ചുകൊണ്ടിരിക്കുന്നു, ദാഹിച്ച് വലഞ്ഞ് മരിച്ചുകൊണ്ട്!

അതിനാൽ ഒരു ചിന്തകനാകാതിരിക്കുക, തത്വചിന്തകനാകാതിരിക്കുക, ഒരു ഋഷിയായിരിക്കുക. എന്റെ സന്ന്യാസിമാർ ഋഷികളായിത്തീരേണ്ടതുണ്ട്, അസ്തിത്വാത്മക അനുഭവസ്ഥന്മാർ. അത് സാക്ഷാത്ക്കാരത്തിന്റെ ഭാഗമാകുന്നു.

15

പ്രഭാതമനനം

അവനവനിലേക്കുള്ള യാത്രയ്ക്ക് മഹത്തായ ക്ഷമ ആവശ്യമാണ്. എന്നാൽ നമ്മൾ വളരെയധികം അക്ഷമരായിത്തീർന്നിരിക്കുന്നു. പ്രത്യേകിച്ചും ഈ നൂറ്റാണ്ടിൽ ധൃതിയില്ലാത്ത ജീവിതശൈലി മനുഷ്യന് നഷ്ടമായിരിക്കുന്നു. അവനെപ്പോഴും ധൃതിയിലാണ്, അവന് എല്ലാം ഉടനടി വേണം. എല്ലാ കാര്യങ്ങളും ഇൻസ്റ്റന്റ് കോഫി പോലെയാണെന്ന് അവൻ കരുതുന്നു. എന്നാൽ മഹത്തായ ക്ഷമ ആവശ്യമുള്ള ചില കാര്യങ്ങളുണ്ട്. അവയ്ക്ക് ഉടനെ സംഭവിക്കാൻ കഴിയില്ല എന്നല്ല; അതിന്റെ വിരോധാഭാസമെന്തെന്നാൽ നിങ്ങൾ വേണ്ടത്ര ക്ഷമയുള്ളവനാണെങ്കിൽ അവ ഉടനെ സംഭവിക്കാം, പെട്ടെന്നു തന്നെ, എന്നാൽ നിങ്ങൾ ധൃതിയിലാണെങ്കിൽ അവ സംഭവിക്കാൻ അനന്തമായ കാലമെടുത്തേക്കും, അല്ലെങ്കിൽ അവ സംഭവിച്ചില്ലെന്നും വരാം. അക്ഷമനായവന് അവ ഒരിക്കലും കിട്ടിയില്ലെന്നു വരാം. ക്ഷമയുള്ളവന് അത് ഉടനടി ലഭിക്കാവുന്നതുമാണ്.

അതിനാൽ യാത്രയുടെ ആരംഭത്തിൽ തന്നെ ഇക്കാര്യം മനസ്സിലാക്കപ്പെടേണ്ടതുണ്ട്, അതായത് അത് നിങ്ങളെ ആശ്രയിച്ചിരിക്കുന്നു. നിങ്ങൾ അക്ഷമനാണെങ്കിൽ യാത്ര അതിദീർഘമായിത്തീരുന്നു; നിങ്ങൾ ക്ഷമയുള്ളവനാണെങ്കിൽ യാത്ര വളരെ ഹ്രസ്വവുമായിത്തീരുന്നു. നിങ്ങൾക്ക് പരിപൂർണ്ണമായ ക്ഷമയുണ്ടെങ്കിൽ, 'ഞാൻ എന്നെന്നേയ്ക്കും കാത്തിരിക്കുവാൻ സന്നദ്ധനാണ്' എന്ന് പറയുവാൻ നിങ്ങൾക്ക് കഴിയുമെങ്കിൽ ആ യാത്രയുടെ ആവശ്യമേ ഇല്ലാതായേക്കാം. കേവലം നിശ്ശബ്ദനായിരിക്കവെ, യാതൊന്നും ചെയ്യാതിരിക്കവെ, വസന്തം വരികയും തൃണങ്ങൾ താനേ തളിർക്കുകയും ചെയ്യുന്നു, ഇതേ പോലെ തന്നെ അതും സംഭവിക്കാം.

പ്രദോഷ മനനം

ജീവിതത്തെ ഗദ്യമായിട്ടല്ല മറിച്ച് കവിതയായിട്ടുവേണം നോക്കിക്കാണുവാൻ. അതാണ് മതാത്മകമായ സമീപനം, ഋഷിമാരുടെ സമീപനം. അയാൾ നോക്കുന്നത് കണ്ണുകളിൽ ചോദ്യങ്ങളുമായിട്ടല്ല, അയാൾ നോക്കുന്നത് വിസ്മയത്തോടെയാണ്, ആദരവോടെയാണ്. അയാൾ അസ്തിത്വത്തെക്കുറിച്ച് ചിന്തിക്കുകയല്ല, അത് അനുഭവിച്ചറിയുകയാണ് ചെയ്യുന്നത്. അയാൾ തന്റെ ഹൃദയം തുറക്കുന്നു; തന്റെ തല ഉപയോഗിക്കുന്നതിനുപകരം അയാൾ തന്റെ ഹൃദയത്തിന്റെ ജാലകങ്ങളും വാതിലുകളുമെല്ലാം വലിച്ചു തുറന്നിടുകയും സൂര്യപ്രകാശവും കാറ്റും മഴയുമെല്ലാം ഉള്ളിലേക്ക് കടന്നുവരാൻ അനുവദിക്കുകയും ചെയ്യുന്നു. കവിതയെന്ന് പറയുന്നതുകൊണ്ട് ഞാനുദ്ദേശിക്കുന്നത് അതാണ്. ഋഷി, ആത്യന്തികമായ അർത്ഥത്തിൽ, ഒരു കവിയാണ്. അദ്ദേഹം കവിതയെഴുതുന്നില്ലായിരിക്കാം- അത് കാര്യമല്ല- അയാൾ കവിതയായി ജീവിക്കുകയാണ്, അദ്ദേഹം കവിതയാകുന്നു.

നിങ്ങളുടെ തലയെക്കുറിച്ച് എല്ലാം മറന്നു കളയുക. തലയില്ലാത്തവനായിത്തീരുക. ഹൃദയപൂർണ്ണനായിരിക്കുക. ജീവിതത്തിൽ പ്രശ്നങ്ങൾ യാതൊന്നുമില്ല; എല്ലാ പ്രശ്നങ്ങളും മനസ്സ് നെയ്തുണ്ടാക്കുന്നവയാണ്.

ജീവിതം ജീവിച്ചറിയേണ്ട ഒരു നിഗൂഢതയാണ്, പരിഹരിക്കപ്പെടേണ്ട ഒരു പ്രശ്നമല്ല. അതിനെ ജീവിക്കുക, ആസ്വദിക്കുക, അതോടൊപ്പം പാടുക, അതോടൊപ്പം നൃത്തം ചെയ്യുക, അതോടൊപ്പം വിനോദിക്കുക! തത്വചിന്താപരനാകാൻ ശ്രമിക്കാതിരിക്കുക, കാവ്യാത്മകമായി വർത്തിക്കുക. അപ്പോൾ എല്ലാ ആഹ്ലാദവും നിങ്ങളുടേതായിരിക്കും. ആ പരമമായ നിധി, ദൈവരാജ്യം, നേടുവാൻ നിങ്ങൾക്ക് സാധ്യമാകും. അത് കവികൾക്ക് മാത്രം ലഭ്യമായിരിക്കുന്നു.

പ്രഭാതമനനം

സമയവും ഇടവും കണ്ടെത്തുക. ധ്യാനം കാര്യമായെടുക്കുക. തുടക്കത്തിൽ അത് പ്രയാസമായിരിക്കും, എങ്കിലും ക്ഷമാശീലനായി വർത്തിക്കുക. ക്ഷമ മാത്രമാണാവശ്യം. അതോടൊപ്പം പ്രതീക്ഷാനിർഭരനായി, ശുഭാപ്തി വിശ്വാസത്തോടെ നിലകൊള്ളുക. കാരണം അത് സമയത്തിന്റെ പ്രശ്നമാണ്. വിത്ത് വിതച്ചാൽ തൊട്ടടുത്ത ദിവസം തന്നെ മുളപൊട്ടുമെന്ന് പ്രതീക്ഷിക്കാനാവില്ല. അതിന് അതിന്റേതായ സമയമുണ്ട്. ആ സമയമെടുത്തിട്ടുമാത്രമേ അവ വരികയുള്ളു. അവ നിങ്ങളുടെ പ്രതീക്ഷകളെ അനുസരിക്കുകയില്ല, അവ അവയുടേതായ ചില നിയമങ്ങളാണ് അനുസരിക്കുന്നത്. അവയ്ക്ക് അവയുടെ അന്ത:സ്ഥിതമായ നിയമമുണ്ട്, അവയുടെ സ്വന്തം പ്രകൃതം. അവ ശരിയായ കാലാവസ്ഥ എത്തുവാൻ കാത്തിരിക്കുന്നു. ഒരുപക്ഷെ കാർമേഘങ്ങൾ വന്നെത്തുവാൻ, മഴയ്ക്കുവേണ്ടി, വസന്തം വന്നണയുവാൻ കാത്തിരിക്കുകയാവാം....

അതുകൊണ്ട് ഹൃദയം തകരരുത്. പല ആളുകളും ധ്യാനിക്കാൻ തുടങ്ങുകയും അതിൽ വിജയം വരിക്കാൻ കഴിയാതെവരികയും ചെയ്യുന്നതിനുള്ള അടിസ്ഥാനകാരണങ്ങളിലൊന്നാണത്. പലരും തുടങ്ങുകയും അല്പ്പദിവസങ്ങൾ കഴിയുമ്പോൾ 'എനിക്ക് വിജയിക്കാനാകുന്നില്ല' എന്ന് വിചാരിക്കുകയും ചെയ്യുന്നു. അത് വിജയിക്കുന്നതിന്റേയോ പരാജയപ്പെടുന്നതിന്റേയോ പ്രശ്നമല്ല. എന്താണ് സംഭവിക്കുന്നത് എന്നതിനെക്കുറിച്ച് പരിഗണിക്കാതെ അത് ചെയ്തുകൊണ്ടേയിരിക്കുക- ദിവസേന നിങ്ങൾ കുളിക്കുകയോ ഉറങ്ങുകയോ ചെയ്യുന്നതുപോലെ. ഒരു കുളി കഴിയുമ്പോൾ വിജയിക്കുന്നുവോ ഇല്ലയോ,

എന്തെങ്കിലും നേടുന്നുവോ ഇല്ലയോ എന്നൊന്നും നിങ്ങൾ ഗൗനിക്കുന്നില്ല. കുളി അതിൽതന്നെ നല്ലതാണ്. അതിന് അന്ത:സ്ഥിതമായ മൂല്യമുണ്ട്. താമസിയാതെ ധ്യാനം ഒരു ആന്തരികസ്നാനമായിത്തീരുന്നു. സ്വയം കൂടുതൽ സുഖം തോന്നുന്നു, കൂടുതൽ കേന്ദ്രിതമായതായി തോന്നുന്നു. കൂടുതൽ അടിയുറച്ചതായി, കൂടുതൽ വേരുറച്ചതായി തോന്നുന്നു. ഒരുവന് ക്ഷമയോടെ കാത്തിരിക്കുവാൻ കഴിയുമെങ്കിൽ, ഒരു ദിവസം പെട്ടെന്ന് ഒരു വിസ്ഫോടനം പോലെ, ഒരു ഇടിമിന്നൽ പോലെ അത് വന്നുചേരും. ആ നിമിഷം മുതൽ പിന്നെ ഒരിക്കലും നിങ്ങൾ പഴയ ആളായിരിക്കുകയില്ല. ആ നിമിഷം മുതൽ നിങ്ങൾ ധ്യാനം ചെയ്യേണ്ട ആവശ്യമില്ല; അപ്പോൾ എന്തു ചെയ്യുകയാണെങ്കിലും നിങ്ങൾ ധ്യാനത്തിലായിരിക്കും. അപ്പോൾ ശ്വാസോച്ഛ്വാസം ധ്യാനമാണ്, നടത്തം ധ്യാനമാണ്, ആഹാരം കഴിക്കൽ ധ്യാനമാണ്. അപ്പോൾ ധ്യാനം കേവലം നിങ്ങളുടെ പ്രകൃതമായിത്തീരുന്നു.

പ്രദോഷ മനനം

ദൈവത്തെ വിവരിക്കുവാനായി മനുഷ്യൻ ചെയ്തിട്ടുള്ളതെല്ലാം വിനാശകരമായിരുന്നു. അത് ലോകത്തെ കൂടുതൽ മതാത്മകമാക്കുന്നതിനുപകരം ലോകത്തെ കുറേക്കൂടി മതാത്മകമല്ലാതാക്കുകയാണ് ചെയ്തിരിക്കുന്നത്. കാരണം ആ ആശയങ്ങളെല്ലാം തന്നെ അത്രയും അനുചിതമാണ്. അവയ്ക്ക് വെറും വിഡ്ഢികളെ മാത്രമേ തൃപ്തിപ്പെടുത്തുവാൻ കഴിയൂ. നിങ്ങൾക്ക് ഒരല്പം ധിഷണയുണ്ടെങ്കിൽ ഇക്കാണുന്ന ഒരു മതത്തിനും നിങ്ങളെ തൃപ്തിപ്പെടുത്താനാവില്ല. കേവലം ഒരല്പം ധൈഷണികത - അധികമൊന്നും വേണ്ട!- അപ്പോൾ ഒരു മതത്തിനും നിങ്ങളെ തൃപ്തിപ്പെടുത്താൻ കഴിയില്ല. എല്ലാ മതങ്ങൾക്കും തകരാറുകളുണ്ട്, അത്തരം വങ്കത്തങ്ങളാണ് ശാശ്വതവൽക്കരിച്ച് പ്രചരിപ്പിക്കുന്നത്. ഉദാഹരണത്തിന് യേശുക്രിസ്തുവിന്റെ കന്യാജനനം.... ക്രിസ്ത്യാനിയാകണമെങ്കിൽ അതംഗീകരിക്കൽ അത്യന്താപേക്ഷിതമാണ്. നിങ്ങളത് വിശ്വസിക്കണം. നിങ്ങൾ അതിൽ വിശ്വസിക്കുന്നില്ലെങ്കിൽ നിങ്ങൾ സത്യക്രിസ്ത്യാനിയല്ല....

യഥാർത്ഥഋഷിവര്യന്മാർ ദൈവത്തെക്കുറിച്ച് തികച്ചും നിശ്ശബ്ദരായി നിലകൊണ്ടിരിക്കുന്നു. എന്തുകൊണ്ടെന്നാൽ, യഥാർത്ഥദൈവം നിശ്ശബ്ദതയിൽ മാത്രമാണ് അറിയപ്പെടുന്നത്. അതിനാൽ ദൈവത്തെക്കുറിച്ചുള്ള സകല ആശയങ്ങളും വിട്ടുകളയുക, കൂടുതൽ കൂടുതൽ നിശ്ശബ്ദനായിത്തീരുക; അപ്പോൾ ഒരു ദിവസം അത് സംഭവിക്കുക തന്നെ ചെയ്യും: ആ നിശ്ശബ്ദത സമ്പൂർണ്ണമായിത്തീരുമ്പോൾ, അവൻ അത്രകണ്ട് നിശ്ശബ്ദനായി, അത്രകണ്ട് അദൃശ്യനായി വന്നണയുന്നു, നിങ്ങളെ അത്രയധികം അത്ഭുതപ്പെടുത്തിക്കൊണ്ട്. അവന്റെ പാദപതനസ്വരം നിങ്ങൾ കേൾക്കുന്നേയില്ല. ഒരുനിമിഷം അവനവിടെയില്ലായിരുന്നു. തൊട്ടടുത്ത നിമിഷം

അതാ അവനവിടെ. നിങ്ങൾ അവനാൽ നിറഞ്ഞു കവിഞ്ഞൊഴുകുന്നു. അതിനുശേഷം നിങ്ങൾ ഒരിക്കലും ആ പഴയ വ്യക്തിയല്ല. അതുപോലെ തന്നെ ഈ ലോകവും പഴയ ലോകമല്ല.

പ്രഭാതമനനം

പരമാനന്ദം നിങ്ങളുടെ ഉള്ളിൽ ഉദിച്ചുയരുന്ന ഒരു സൂര്യനാകുന്നു. സാധാരണഗതിയിൽ മനുഷ്യൻ ജീവിക്കുന്നത് ഒരു ഇരുണ്ട രാത്രിയിലാണ്. ഒരിക്കലും ഒരു പ്രഭാതത്തെയും അറിയാതെ, ഒരു സൂര്യോദയ ത്തെയും അറിയാതെ, കേവലം ഇരുട്ടിൽ തട്ടിമുട്ടി, ഇവിടെയും അവിടെയും വീണുകൊണ്ട് പരിക്കേറ്റു, മുറിവുപറ്റിക്കൊണ്ട്. നിങ്ങൾ മനുഷ്യന്റെ ജീവിതത്തി ലേക്ക് നോക്കുകയാണെങ്കിൽ, ആ ജീവിതമാകെ ഒരു തപ്പിത്തടയൽ മാത്രമാണ്, തികച്ചും നിഷ്ഫലമായ തപ്പിത്തടയൽ കാരണം ഈ തപ്പിത്തടയലിലൂടെ അവനൊരിക്കലും ആ കവാടം കണ്ടെത്തുന്നില്ല. ആ വാതിൽ കണ്ടെത്തപ്പെടുന്നത് നിങ്ങളുടെ ആന്തരി കസത്ത നിറയെ വെളിച്ചമായിത്തീരുമ്പോൾ മാത്രമാ ണ്, അവിടെ സൂര്യനുദിച്ചുയരുമ്പോൾ മാത്രമാണ്. അത് സംഭവിക്കുന്നത് ധ്യാനത്തിലൂടെയാണ്. ധ്യാനം ആ സൂര്യോദയത്തിന്റെ ആരംഭമാകുന്നു. അത് സൂര്യ ന് നിങ്ങളുടെ ഉള്ളിൽ ഉദിച്ചുയരുവാനുള്ള ഒരു ക്ഷണ മാകുന്നു. അത് വെളിച്ചത്തെ ക്ഷണിക്കലാകുന്നു. അത് നിശ്ശബ്ദതയെ, ശാന്തിയെ ലഭിക്കലാകുന്നു. സാധാരണഗതിയിൽ ഈ കാര്യങ്ങളെക്കുറിച്ച് നാമൊരിക്കലും ചിന്തിക്കാറില്ല- ശാന്തി, നിശ്ശബ്ദത, നിശ്ചലത, വെളിച്ചം; യഥാർത്ഥനിധികൾ ഇവയാ ണുതാനും. അവയാണ് നമ്മുടെ യഥാർത്ഥ രാജ്യ ത്തിന്റെ സംക്ഷിപ്ത ചേരുവകൾ.

അതുകൊണ്ട് ഇപ്പോൾ മുതൽ കൂടുതൽ കൂടുതൽ ശാന്തിയെ ക്ഷണിക്കുക. കൂടുതൽ കൂടുതൽ നിശ്ശ ബ്ദതയെ, നിശ്ചലതയെ. നിശ്ശബ്ദനാകുവാനുള്ള, നിശ്ചേഷ്ഠനാകുവാനുള്ള ഒരൊറ്റ അവസരവും നഷ്ടപ്പെടുത്തരുത്. വിശ്രാന്തനാവുകയും ഉള്ളി ലേക്ക് നോക്കുകയും ചെയ്യുവാൻ കഴിയുന്ന ഒരൊറ്റ

മുഹൂർത്തവും ഒഴിവാക്കാതിരിക്കുക. അങ്ങനെ ഒരു ദിനം അത് സംഭവിക്കുന്നു. അത് ഒരിക്കലും ക്രമിക മായി സംഭവിക്കുന്നതല്ല. അത് സംഭവിക്കുന്നത് പൊടുന്നനെയാണ്. പൊടുന്നനെ നിങ്ങൾ കാണു ന്നു: നിങ്ങൾക്കുള്ളിലെ കിഴക്കൻ ചക്രവാളം ചുമന്നു തുടുക്കുന്നു; സൂര്യൻ ഉദിച്ചുയരുന്നു, അന്ധകാരാ വൃതമായ രാത്രി അവസാനിച്ചിരിക്കുന്നു. ഇപ്പോൾ യഥാർത്ഥ ജീവിതം ആരംഭിക്കുകയായി. ഇപ്പോൾ ഓരോ നിമിഷവും അമൂല്യമാണ്, അത്യാനന്ദകരമാ ണ്. ഓരോ നിമിഷവും നിത്യതയെ ഉൾക്കൊള്ളുന്നു. അപ്പോൾ അവിടെ ഭൂതമോ ഭാവിയോ ഇല്ല, വർത്ത മാനം തന്നെ എല്ലാം. അപ്പോഴൊരുവൻ അറിയുന്നു: താൻ ഒരിക്കലും മരിക്കുന്നില്ലെന്ന്, ഒരിക്കലും ജനി ക്കുന്നില്ലെന്ന്. ഒരുവൻ സദാ ഇപ്പോൾ ഇവിടെയാ കുന്നു.

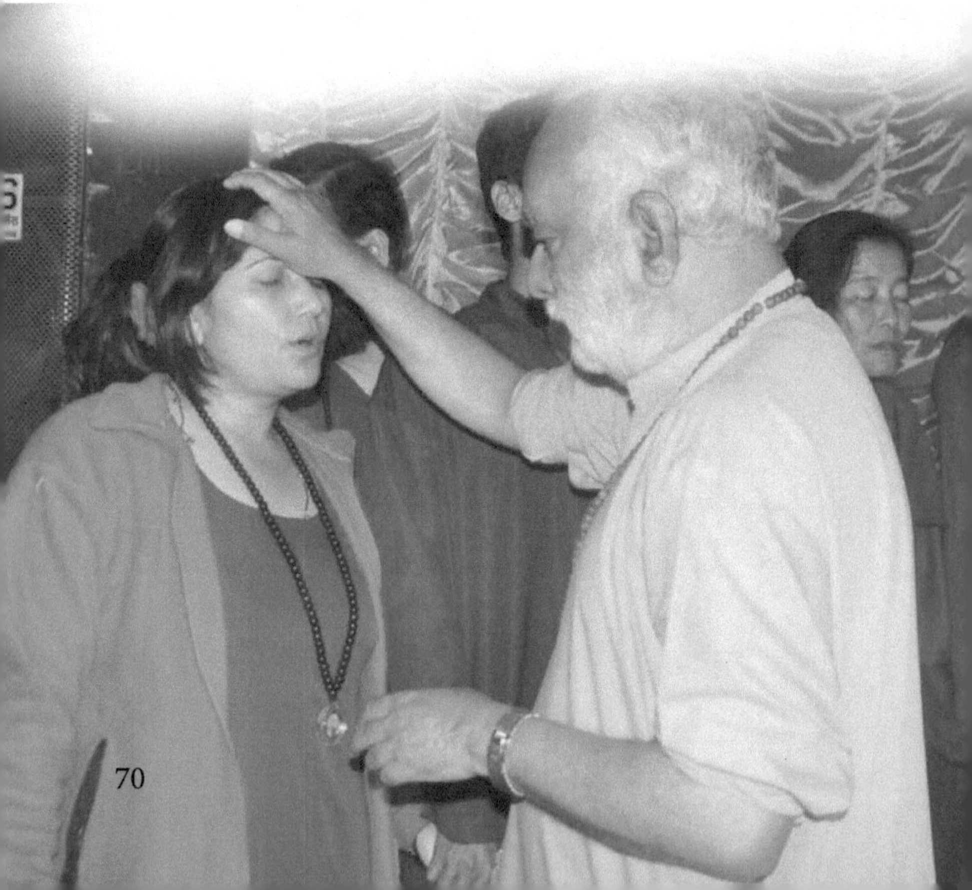

പ്രദോഷ മനനം

അസ്തിത്വത്തോടൊപ്പമായിരിക്കുമ്പോൾ മനുഷ്യൻ ശക്തനാണ്. അസ്തിത്വത്തോടൊപ്പമല്ലാതിരിക്കുമ്പോഴൊക്കെ അവൻ തികച്ചും ശക്തിഹീനനാകുന്നു. അസ്തിത്വത്തിലേക്ക് 'പ്ലഗ്' ചെയ്യപ്പെടുമ്പോൾ നിങ്ങൾക്ക് അനന്തമായ ശക്തിയുണ്ട്; ആ പ്ലഗ് കണക്ഷൻ വിച്ഛേദിക്കപ്പെടുമ്പോൾ നിങ്ങൾ കേവലം ശൂന്യനായിപ്പോകുന്നു. നിർഭാഗ്യവശാൽ ലക്ഷോപലക്ഷം ജനങ്ങൾ അവരുടെ ജീവിതം നയിക്കുന്നത് ആ പ്ലഗ് ബന്ധം ഇല്ലാതെയാണ്; അതിനാലാണ് ഇത്രയധികം ദുഃഖമുള്ളത്, ഇത്രയധികം അശക്തി അനുഭവപ്പെടുന്നത്, ഇത്രയധികം ശൂന്യതാബോധമുണ്ടാകുന്നത്, ഇത്രയധികം നിരർത്ഥകതാബോധമുണ്ടാകുന്നത്.

എല്ലാവർക്കും ചിലപ്പോഴെല്ലാം അങ്ങേയറ്റത്തെ നിരർത്ഥകതാബോധം അനുഭവപ്പെടാറുണ്ട്: ഇതിൽ ഒരർത്ഥവുമില്ലെന്ന് തോന്നുന്നു. മനുഷ്യൻ ജീവിച്ചുകൊണ്ടേയിരിക്കുന്നത് അവന് ആത്മഹത്യ ചെയ്യുവാൻ ഭയമായതുകൊണ്ടാണ്, അവൻ മരണത്തെ ഭയപ്പെടുന്നതുകൊണ്ടാണ്- കുറഞ്ഞപക്ഷം ഈ പൊള്ളയായ ജീവിതവുമായി അവൻ പരിചിതനായിത്തീരുകയാണ് ചെയ്യുന്നത്. മരണത്തിൽ എന്താണ് സംഭവിക്കാൻ പോകുന്നതെന്നും മരണശേഷം എന്താണ് സംഭവിക്കുന്നതെന്നും അവന് അറിഞ്ഞുകൂടാ, അതിനാൽ തൽക്കാലം എങ്ങനെയെങ്കിലും ഈ ജീവിതം വലിച്ചിഴച്ച് കൊണ്ടുപോവുകയായിരിക്കും ഭേദം. നല്ലത് വരുമെന്ന് പ്രതീക്ഷിക്കുകയും ചെയ്യുക, അത്രമാത്രം. ആളുകൾക്ക് ആ പ്ലഗ് ബന്ധം വിച്ഛേദിക്കപ്പെട്ടിരിക്കുന്നു, അതാണ് പ്രശ്നം മുഴുവനും.

മതം എന്നാൽ വീണ്ടും അസ്തിത്വത്തിലേക്ക് പ്ലഗ് ചെയ്യപ്പെടുന്നതിന്റെ കല എന്നു മാത്രമാണ് അർത്ഥം. അപ്പോൾ നിങ്ങൾ അത്യന്തം ശക്തനായിത്തീരുന്നു,

ആ ശക്തി നിങ്ങളിൽ നിറഞ്ഞ് ഒഴുകുവാൻ തുടങ്ങുന്നു. നിങ്ങൾക്കത് പങ്കുവെയ്ക്കാം. അത് വാർന്നൊഴിഞ്ഞു പോകുന്നില്ല. വാസ്തവത്തിൽ മറ്റുള്ളവർക്ക് നൽകുന്തോറും നിങ്ങൾക്കത് കൂടുതൽ ഉണ്ടായിക്കൊണ്ടിരിക്കുന്നു.

പ്രഭാതമനനം

ഉള്ളിലേക്ക് പോവുക. നിങ്ങളുടെ സ്വന്തം സത്തയിൽ വിശ്രമം കൊള്ളുക. അങ്ങനെ പതുക്കെപ്പതുക്കെ വിശ്രമം അഗാധമായിത്തീരുന്നതോടെ, നിങ്ങളുടെ വിശ്രാന്തി ഒരു സ്വസ്ഥമായ പ്രതിഭാസമായിത്തീരുന്നതോടെ, യാതൊന്നും നിങ്ങളെ അലോസരപ്പെടുത്തുന്നില്ല; നിങ്ങൾ ആ ചുഴലിയുടെ കേന്ദ്രമായിത്തീരുന്നു. അപ്പോൾ പരമാനന്ദം ഉയർന്നുപൊങ്ങുന്നു. തീർച്ചയായും പരമാനന്ദപൂർണ്ണനായ ഒരു വ്യക്തി ലോകത്തിന് ഒരു അനുഗ്രഹമായിരിക്കുന്നു, വിഷാദവാനായ വ്യക്തി ലോകത്തിന് ഒരു ശാപമായിരിക്കുന്നതുപോലെ.

താൻ ദൈവികനാണെന്ന് സ്മരിക്കുകമാത്രം ചെയ്യുവാൻ ഒരുവന് കഴിയുമെങ്കിൽ അതുതന്നെ ഒരു ധ്യാനമാണ്. അത് നിങ്ങളിൽ ഒരു അന്തർധാരയെന്നപോലെ, അനസ്യൂതമായൊരു സ്മരണയായിത്തീരുന്നുവെങ്കിൽ, അപ്പോൾ പിന്നെ മറ്റൊന്നും ആവശ്യമില്ല. ദൈവികനാണെന്ന സ്മരണയുടെ പ്രശ്നം മാത്രമാണത്. നിങ്ങൾ ദൈവികനാണെന്ന് സ്മരിക്കപ്പെടുമ്പോൾ സ്വാഭാവികമായും എല്ലാവരും ദൈവികരാണ് എന്നുകൂടി സ്മരിക്കപ്പെടുന്നു. എല്ലാവരും ദൈവികരാകുമ്പോൾ മാത്രമേ നിങ്ങൾക്കും ദൈവികനാകുവാൻ കഴിയൂ. ദൈവികമായ ഒരു അസ്തിത്വത്തിൽ മാത്രമേ നിങ്ങൾക്ക് ദൈവികനാകുവാൻ കഴിയൂ. ഒരു ജൈവ-ഐക്യത്തിന്റെ ഭാഗമാണ് നാം.

അതുകൊണ്ട് സാധ്യമാകുമ്പോഴൊക്കെ അത് സ്മരിക്കുക. അത് നിങ്ങളുടെ ശ്വാസോച്ഛ്വാസം പോലെയായിത്തീരട്ടെ. അപ്പോൾ പല നിഗൂഢതകളെയും അത് നിങ്ങൾക്ക് തുറന്നുകാണിച്ചുതരും.

നിങ്ങൾ മനുഷ്യരുടെ നേരെ നോക്കുമ്പോൾ സ്വയം ഓർമ്മിപ്പിക്കുക, അവരെല്ലാം ദൈവികരാണ് എന്ന്. അതുപോലെ തന്നെ വൃക്ഷങ്ങളും പാറകളും നക്ഷത്രങ്ങളുമെല്ലാം തന്നെ. അങ്ങനെ ഇത്രയും, ആയിരക്കണക്കിന്, ദൈവിക രൂപങ്ങളാൽ ചുറ്റപ്പെട്ടുനിൽക്കുന്നതായി തോന്നാൻ തുടങ്ങുമ്പോൾ, സ്വാഭാവികമായും ദുഃഖിതനായിരിക്കുക അസാധ്യമായിത്തീരുന്നു. താൻ പാറിപ്പറക്കുകയാണെന്ന് ഒരുവന് തോന്നാൻ തുടങ്ങുന്നു- ഘനത്വമില്ലാതെ, ചിറകുകൾ മുളച്ചുകൊണ്ട്. അതാണ് നിങ്ങളുടെ ധ്യാനം, നിങ്ങളുടെ പ്രാർത്ഥന.

18

പ്രദോഷ മനനം

നാം ജീവിക്കുന്നത് കാമനയിലാണ്. കാമനയെന്നാൽ അതൃപ്തി എന്നർത്ഥം. കാമനയെന്നാൽ, എന്താണോ ഉള്ളത് അത് ശരിയല്ല, അത് പോരാ കൂടുതൽ ആവശ്യമുണ്ട് എന്നർത്ഥം. എന്നാൽ കാമന ഒരിക്കലും നിറവേറപ്പെടുന്നില്ല. അത് അതിന്റെ പ്രകൃതത്താൽ തന്നെ നിറവേറപ്പെടാനാവാത്തതാണ്.

നിങ്ങൾ ആഗ്രഹിക്കുന്നത്രയും നിങ്ങൾക്കുണ്ടായേക്കാം, എങ്കിലും അത് കിട്ടുന്ന നിമിഷം കാമന നിങ്ങൾക്കപ്പുറം ചാടിക്കൊണ്ടിരിക്കുന്നു, അത് അതിലേറെ ആവശ്യപ്പെടാൻ തുടങ്ങുന്നു. അതിന്റെ അത്യാർത്തി യാതൊരു അതിരുകളും അറിയുന്നില്ല, അത് അതിരുകളില്ലാത്ത അത്യാർത്തിയാണ്. കാമന ചക്രവാളം പോലെയാണ്: അത് വളരെ അടുത്താണെന്ന് തോന്നും - ഒന്ന് ഓടിയാൽ, ഒരു മണിക്കൂറിനുള്ളിൽ അവിടെ എത്താം. പക്ഷെ ഒരിക്കലും നിങ്ങൾ അവിടെ എത്തുകയില്ല. നിങ്ങളും ചക്രവാളവും തമ്മിലുള്ള അകലം എപ്പോഴും തുല്യമായി നിലകൊള്ളും. കാരണം ചക്രവാളമെന്നൊന്നില്ല. അതൊരു മതിഭ്രമമാണ്. ഭൂമി ആകാശവുമായി ഒരിടത്തും കൂട്ടിമുട്ടുന്നില്ല, അങ്ങനെയാണെന്ന് തോന്നുക മാത്രമാണ് ചെയ്യുന്നത്. കാമനയുടെ കാര്യവും ഇതേ രീതിയിലാണ്. ഞാൻ ആ ബിന്ദുവിലെത്തിച്ചേർന്നാൽ, എനിക്ക് ഇതോ അതോ നേടാൻ കഴിഞ്ഞാൽ, സംതൃപ്തിയുണ്ടാകും എന്ന തോന്നൽ മാത്രമാണത്, എനിക്ക് സാഫല്യമുണ്ടാകും എന്ന തോന്നൽ മാത്രം. പക്ഷെ ഒരിക്കലും അത് സംഭവിക്കുന്നില്ല. കാമന ചെയ്യലിന്റെയും അതിന്റെ നിരർത്ഥകതയുടേയും കാര്യം ഒരാൾ മനസ്സിലാക്കേണ്ടതുണ്ട്. ആ മനസ്സിലാക്കലിൽ

തന്നെ കാമന അപ്രത്യക്ഷമാവുകയും ഒരുവൻ അഗാധമായ ശാന്തിയിൽ സ്വസ്ഥനായിത്തീരുകയും ചെയ്യുന്നു. കാമനയൊന്നുമില്ലാതിരിക്കുമ്പോൾ അലോസരമൊന്നുമില്ല. കാമന മാത്രമാണ് അലോസരം.

പ്രഭാതമനനം

പ്രാർത്ഥന ശാസ്ത്രീയമല്ല. എന്നാൽ ധ്യാനം അങ്ങേയറ്റം ശാസ്ത്രീയമാണ്. ശാസ്ത്രജ്ഞൻ വസ്തുനിഷ്ഠപ്രതിഭാസങ്ങളെ നിരീക്ഷിക്കുകയും പരീക്ഷിക്കുകയും ചെയ്യുന്നതുപോലെ തന്നെ, ധ്യാനി മനശ്ശാസ്ത്രപരമായ പ്രതിഭാസത്തെ നിരീക്ഷിക്കുന്നു. അവ ഒരേ പ്രക്രിയ തന്നെയാണ്. നിസ്സംഗമായ നിരീക്ഷണം, മുൻധാരണയില്ലാത്ത നിരീക്ഷണം, അനുമാനങ്ങളൊന്നും കൂടാതെ- കാരണം നിങ്ങൾക്ക് നേരത്തെ തന്നെ ഒരു അനുമാനമുണ്ടെങ്കിൽ, അപ്പോൾ നിരീക്ഷിക്കലിന് ഒരു അർത്ഥവുമില്ല. അപ്പോൾ നിങ്ങൾ എങ്ങനെയെങ്കിലും നിങ്ങളുടെ അനുമാനത്തിന് തെളിവ് കണ്ടെത്തും. അപ്പോൾ ആ പ്രക്രിയ മുഴുവനും അശാസ്ത്രീയമായിരിക്കും.

നിരീക്ഷണത്തിന്റെ അതേ പ്രക്രിയ നിങ്ങളുടെ സ്വന്തം മനസ്സിലേക്കും തിരിച്ചുവിടേണ്ടതുണ്ട്. ഒരുവൻ ഒരു പരീക്ഷണശാലയായിത്തീരുന്നു. നിരീക്ഷണത്തിന്റെ മഹത്തായ ഒരു പരീക്ഷണം - ഒരാൾ അയാളുടെ ചിന്തകളെ, കാമനകളെ, ഓർമ്മകളെ നിരീക്ഷിക്കുന്നു. നിങ്ങളുടെ ദേഷ്യം, നിങ്ങളുടെ അത്യാർത്തി, നിങ്ങളുടെ കാമം, എല്ലാറ്റിനെയും നിരീക്ഷിക്കുന്നു, മുൻ നിഗമനങ്ങളൊന്നുമില്ലാതെ, യാതൊരു മുൻവിധിയുമില്ലാതെ: ഇത് നല്ലതാണ്, ഇത് ചീത്തയാണ് എന്നിങ്ങനെ..... വിധികല്പ്പിക്കലൊന്നും കൂടാതെ....

നിങ്ങൾ വിധികല്പ്പിക്കലിന് തികച്ചും അതീതനായിരിക്കുമ്പോൾ, യാതൊരു മുൻധാരണയും കൂടാതിരിക്കുമ്പോൾ, യാതൊരു അനുമാനവും ഇല്ലാതിരിക്കുമ്പോൾ, നിരീക്ഷണം ശുദ്ധവും ലളിതവും നിഷ്കളങ്കവുമായിരിക്കുമ്പോൾ എന്താണോ നിരീക്ഷിക്കുന്നത് അത് അപ്രത്യക്ഷമാകാൻ തുടങ്ങുന്നു.

അവിടെയാണ് ശാസ്ത്രവും മതവും ഭിന്നമാകാൻ തുടങ്ങുന്നത്. ശാസ്ത്രത്തിൽ, നിങ്ങൾ എത്രകണ്ട് നിരീക്ഷിക്കുന്നുവോ, വസ്തുത അത്രകണ്ട് വാസ്തവമായിത്തീരുന്നു. നിരീക്ഷണത്തിന് മുമ്പ് അത് അത്രത്തോളം വാസ്തവമായിരുന്നില്ല. നിങ്ങൾക്കത് നഷ്ടമാകുവാൻ സാധ്യതയുണ്ടായിരുന്നു. എന്നാൽ ഇപ്പോൾ അത് നഷ്ടമാകുവാൻ സാധ്യമല്ല: അതവിടെയുണ്ട്, അത് കൂടുതൽ ഘനമായിത്തീരുന്നു. നിങ്ങൾ മനസ്സിനെ നിരീക്ഷിക്കുമ്പോൾ ഇതാണ് വ്യത്യാസം: കോപത്തെ നിരീക്ഷിക്കുമ്പോൾ അത് ആവിയായി പോകുന്നു, അതിന് നിലനിൽക്കാനാവുന്നില്ല. പതുക്കെപ്പതുക്കെ, മനസ്സ് മുഴുവനും നിലയ്ക്കുന്നു. നിരീക്ഷിക്കുവാൻ മനസ്സിൽ ഒന്നും അവശേഷിക്കാതിരിക്കുമ്പോൾ നിരീക്ഷകൻ തന്നിലേക്കു തന്നെ പിന്തിരിയുന്നു.

അതാണ് സാക്ഷാത്കാരത്തിന്റെ, ആത്മസാക്ഷാത്കാരത്തിന്റെ മുഹൂർത്തം, സമാധി. എല്ലാ ആധ്യാത്മികസമീപനങ്ങളുടെയും പരമമായ ലക്ഷ്യം അതാണ്.

പ്രദോഷ മനനം

നമ്മുടെ കാമനകൾ സ്വപ്നങ്ങളാണ്, നമ്മുടെ ചിന്തകളെല്ലാം സ്വപ്നങ്ങളാണ്. നാം നിദ്രയിലായതുകാരണം നമ്മൾ നിരന്തരം സ്വപ്നങ്ങളിൽ ജീവിച്ചുകൊണ്ടിരിക്കുന്നു. നമ്മൾ നിദ്രയിലായിരിക്കുമ്പോൾ മാത്രമേ സ്വപ്നങ്ങൾക്ക് നിലനിൽക്കുവാൻ കഴിയൂ. ഉണർന്നുകഴിയുന്ന നിമിഷത്തിൽ സ്വപ്നങ്ങൾ അപ്രത്യക്ഷമാകുന്നു. സ്വപ്നങ്ങൾക്കപ്പുറം പോവുക എന്നുവെച്ചാൽ ഉണർന്നെഴുന്നേൽക്കുക എന്നാണ് അർത്ഥം.

സമയമായിരിക്കുന്നു, നിങ്ങൾ വേണ്ടത്ര ഉറങ്ങിക്കഴിഞ്ഞു, പലപല ജന്മങ്ങളായി. ഉണരുവാനുള്ള ഈ അവസരത്തെ നഷ്ടപ്പെടുത്തരുത്. കാരണം അപൂർവ്വമാണ് ആ അവസരം, നഷ്ടപ്പെടുവാൻ വളരെ എളുപ്പവും. അതിനാൽ ഉണരുവാനായി നിങ്ങളുടെ മുഴുവൻ ഊർജ്ജത്തെയും ഉപയോഗപ്പെടുത്തുക. തുടക്കത്തിൽ അത് ഏതാണ്ട് അസാധ്യമാണെന്ന് തോന്നാം- എങ്ങനെ അത് ചെയ്യും? എന്നാൽ ശ്രമിച്ചുകൊണ്ടേയിരിക്കുകയാണെങ്കിൽ.... ഉറക്കത്തിൽ ഒരുവൻ തിരിയുകയും മറിയുകയും ചെയ്യാറുണ്ട്, എന്നാൽ തിരിഞ്ഞുമറിഞ്ഞുകൊണ്ടേയിരിക്കുകയാണെങ്കിൽ അതവന്റെ ഉറക്കത്തെ അലോസരപ്പെടുത്തുക തന്നെ ചെയ്യും. ഉണർച്ചയുടെ കേവലം ഒരു നൈമിഷികദർശനം മാത്രം മതിയാകും, നിങ്ങളുടെ സത്തയിൽ ഒരു പുതിയ പ്രക്രിയയെ ഉത്തേജിപ്പിക്കുവാൻ. അതിനുശേഷം കൂടുതൽകൂടുതൽ ഉണർച്ചയുടെ നിമിഷങ്ങൾ സംഭവിച്ചുകൊണ്ടിരിക്കുന്നു. അങ്ങനെ ഒരുവൻ പൂർണ്ണമായും, ദിവസം ഇരുപത്തിനാലു മണിക്കൂറും ഉണർന്നു കഴിയുമ്പോൾ... അവൻ ഉറക്കത്തിൽ പോലും ജാഗരൂകനായി, ബോധവാനായി നിലകൊള്ളും. ശരീരം ഉറങ്ങുന്നു. ആത്മാവ് ഒരിക്കലും ഉറങ്ങുന്നില്ല. ദിവസം ഇരുപത്തിനാലുമണിക്കൂറും ബോധവാനായിരിക്കുവാൻ ഒരുവൻ

പ്രാപ്തനാകുമ്പോൾ, അപ്പോൾ അവൻ സംതൃപ്തനാകാതെ തരമില്ല. അയാൾ എത്തിച്ചേർന്നിരിക്കുന്നു. അതിനുമുമ്പ്.... നിങ്ങളാൽ കഴിയുന്ന എല്ലാ ശ്രമവും നടത്തുക. ഒരു കല്ലും മറിച്ചിടാതെ വിടരുത്.

20

പ്രഭാതമനനം

അസ്തിത്വം നമ്മളെ തീരെ ഗൗനിക്കുന്നില്ല എന്നൊരു തോന്നലുണ്ട്. എന്നാലത് അങ്ങനെയല്ല. ഇത് ശാസ്ത്രത്തിന്റെ വളർച്ച മൂലം മനുഷ്യന്റെ മനസ്സിലേക്ക് കടന്നുവന്ന ഒരു മണ്ടൻ ആശയമാണ്.

ശാസ്ത്രം മനുഷ്യന് പല അനുഗ്രഹങ്ങളും സമ്മാനിച്ചിട്ടുണ്ട്. എന്നാൽ അതിന്റെ ഉണർവ്വോടുകൂടി ചില ശാപങ്ങളും വന്നുചേർന്നിട്ടുണ്ട്. അത് മനുഷ്യശരീരത്തിന് കൂടുതൽ പോഷണം നൽകുന്നതിന് സഹായിച്ചിട്ടുണ്ട്, മനുഷ്യശരീരത്തെ കൂടുതൽ ആരോഗ്യപൂർണ്ണമാക്കിയിട്ടുണ്ട്; എന്നാൽ അത് മനുഷ്യന്റെ ആത്മാവിനെ പോഷണമില്ലാത്തതാക്കിത്തീർത്തു, ഏതാണ്ട് പട്ടിണിക്കിട്ടു. അത് ഏറെ നൽകിയിരിക്കുന്നു, ഏറെ എടുത്തു മാറ്റുകയും ചെയ്തിരിക്കുന്നു. നൽകിയതെല്ലാം ഉപരിതലസ്പർശിയാണ്, അവശ്യമായതല്ല. എന്നാൽ എടുത്തുകളഞ്ഞിട്ടുള്ളത് അവശ്യമായവയാണ്. അങ്ങനെ ശാസ്ത്രം കൂടുതൽ സുഖകരമായ ജീവിതം നൽകിക്കൊണ്ടേയിരിക്കുന്നുവെങ്കിലും, അതേസമയം തന്നെ അതിഭയങ്കരമായ ഒരു നിരർത്ഥകതാബോധവും നൽകിക്കൊണ്ടിരിക്കുന്നു. ധിഷണാശാലിയായ ഏതൊരു വ്യക്തിക്കും ഇങ്ങനെ നിലനിൽക്കുന്നതിൽ കാര്യമില്ലെന്ന് തോന്നിത്തുടങ്ങും. ഈ തോന്നലിനുള്ള കാരണം ജീവിതം അർത്ഥമില്ലാത്തതാണ് എന്നതല്ല, മറിച്ച് അസ്തിത്വത്തോട് ബന്ധപ്പെടുവാനുള്ള ഭാഷ നമ്മൾ തികച്ചും മറന്നു പോയിരിക്കുന്നു എന്നതത്രെ.

20

പ്രദോഷ മനനം

നമ്മൾ ഉറക്കത്തിലാണെന്നുപറയുന്നത് ഒരു സാധാരണ അർത്ഥത്തിലല്ല. മറിച്ച് ഒരു ആധിഭൗതികമായ അർത്ഥത്തിലാണ്. നമ്മൾ ആരെന്ന് നമുക്കറിയില്ല, നമ്മൾ ഉണർന്നിരിക്കുന്നവരാണെന്ന് എങ്ങനെ പറയുവാൻ കഴിയും. അവശ്യമായിട്ടുള്ള യാതൊന്നും നമുക്കറിഞ്ഞുകൂടാ. ചപ്പുചവറു മാത്രമായ അനവധി കാര്യങ്ങൾ നമുക്കറിയാം- ചന്ദ്രനെക്കുറിച്ചും സൂര്യനെക്കുറിച്ചും ഭൂമിയെക്കുറിച്ചുമെല്ലാം നമുക്കറിയാം, നമുക്ക് ചരിത്രവും ഭൂമിശാസ്ത്രവും അറിയാം- എന്നാൽ നമുക്ക് നമ്മെക്കുറിച്ച് യാതൊന്നുമറിയില്ല. ആ അറിയുന്നവനെക്കുറിച്ച് നമുക്ക് ഒന്നുമറിഞ്ഞുകൂടാ- എന്നാൽ അതായിരിക്കണം യഥാർത്ഥമായ ഏതൊരു വിദ്യാഭ്യാസത്തിന്റേയും പ്രാഥമിക പരിഗണന... അടിസ്ഥാനപരമായി നിങ്ങൾ നിങ്ങളെക്കുറിച്ച്, നിങ്ങളാരെന്നതിനെക്കുറിച്ച് ബോധവാനായിരിക്കണം. നിങ്ങൾക്ക് മാത്രമേ അതിനു കഴിയുകയുമുള്ളൂ. നിങ്ങളെ എനിക്ക് മുന്നോട്ട് വലിക്കുവാൻ കഴിയുമെന്നല്ലാതെ മുന്നോട്ട് വരേണ്ടത് നിങ്ങൾ തന്നെയാണ്; അന്ധകാരത്തിൽ നിന്ന്, നൂറ്റാണ്ടുകൾ പഴക്കമുള്ള ശീലങ്ങളിൽ നിന്ന്, നീണ്ട നീണ്ട നിദ്രയിൽ നിന്ന് പുറത്തേക്ക് കടക്കുവാനുള്ള ധൈര്യം നിങ്ങൾ സ്വയം സംഭരിക്കേണ്ടതുണ്ട്. ഉണർന്നു കഴിഞ്ഞാലോ, പിന്നെ ജീവിതം ഒരു നൃത്തമാകുന്നു, ഒരു ഗാനം, ഒരു പരമാനന്ദം, ഒരു ആശീർവാദം.

പ്രഭാതമനനം

ഇത് വീണ്ടുംവീണ്ടും ഓർത്തുകൊള്ളുക- ആകാശത്തെ കാണവെ അറിയുക: നിങ്ങളും ആകാശമാകുന്നു; നക്ഷത്രങ്ങളെ കാണവെ അറിയുക: ആ നക്ഷത്രങ്ങൾ നിങ്ങൾക്കുള്ളിലാണ്. നിലവിൽ നിങ്ങൾ ആകാശത്തിനുള്ളിലാണെങ്കിലും, ആകാശം നിങ്ങൾക്കുള്ളിലാണ്. പതുക്കെപ്പതുക്കെ, നിങ്ങളുടെ ഗസ്റ്റാൾട്ട് മുഴുവനും മാറിത്തീരുകയും ആ പുതിയ പരിപ്രേക്ഷ്യത്തിൽ കൊച്ചുകൊച്ചു പ്രശ്നങ്ങൾക്ക് ഉയർന്നു വരാൻ കഴിയാതാവുകയും ചെയ്യും. അവ വെറും വിഡ്ഢിത്തങ്ങളായിത്തീരുന്നു. അങ്ങനെയാണ് യഥാർത്ഥത്തിൽ മതാത്മകനായൊരു വ്യക്തി ജീവിതത്തിലൂടെ കടന്നു പോകുന്നത്- യാതൊന്നിനാലും സ്വാധീനിക്കപ്പെടാതെ, ശാന്തനായി, സ്വസ്ഥതയോടെയും തണുപ്പോടെയും, കേന്ദ്രിതത്വത്തോടെയും, സ്വന്തം സത്തയിൽ അടിയുറച്ചുകൊണ്ടും - യാതൊന്നിനും അവനെ ചഞ്ചലപ്പെടുത്തുവാൻ സാധ്യമല്ല, മരണത്തിനുപോലും, കാരണം മരണത്തിനുപോലും അവനിൽ നിന്ന് ഒന്നും എടുത്തുമാറ്റുവാൻ കഴിയുകയില്ല. എടുത്തു മാറ്റാൻ കഴിയുന്നതെല്ലാം അവൻ സ്വയം ഉപേക്ഷിച്ചിരിക്കുന്നു. നിത്യമായി നിലനിൽക്കുന്നതെന്താണോ അതുമായി അവൻ ഏകീഭവിക്കുകയും ചെയ്തിരിക്കുന്നു.

പ്രദോഷ മനനം

ഒരു മനുഷ്യനായിരിക്കുക എന്നത് ഒരു മഹനീയ വരദാനമാകുന്നു, എന്നാൽ വളരെക്കുറച്ചു പേർ മാത്രമേ അത് സാക്ഷാത്കരിക്കുന്നുള്ളു. ഈ വിശാലമായ പ്രപഞ്ചത്തിൽ നിങ്ങൾക്ക് എന്തും ആകാമായിരുന്നു- ഒരു പാറ, അല്ലെങ്കിൽ ഒരു കാബേജോ ഒരു ഉരുളക്കിഴങ്ങോ.... എന്തും! അവിടെ ഒരു അപ്പീൽ കോടതിയുമില്ലതാനും! ഒരുവൻ എന്തായിരിക്കുന്നുവോ, അതുതന്നെ അവൻ. അക്കാര്യത്തിൽ യാതൊന്നും ചെയ്യാൻ സാധ്യമല്ല. പാവം ഉരുളക്കിഴങ്ങിന് അക്കാര്യത്തിൽ എന്തുചെയ്യാനാവും? എന്നാൽ വളരെക്കുറച്ചുപേർ മാത്രമാണ് താനൊരു മനുഷ്യജീവിയാണെന്നതിന്റെ മഹത്വം തിരിച്ചറിയുന്നത്, വളരുവാനുള്ള അപാരമായ സാധ്യതാശേഷി തങ്ങൾക്കുണ്ടെന്ന് തിരിച്ചറിയുന്നത്.

മനുഷ്യനായിരിക്കുന്നതിന്റെ മനോഹാരിതയും മഹത്വവും എന്തെന്നാൽ, മനുഷ്യനായിരിക്കുന്നതിലൂടെ മാത്രമാണ് ഒരുവന് ദൈവത്തിലെത്തിച്ചേരുവാൻ സാധിക്കുന്നത്. അത് ഒരു ഒന്നാമത്തെ അടിസ്ഥാന ആവശ്യമാണ്. മറ്റൊരു മൃഗത്തിനും ദൈവത്തിലേക്കുള്ള യാതൊരു സമീപനവുമില്ല, മനുഷ്യൻ മാത്രം- അതും എല്ലാ മനുഷ്യരുമില്ല. യഥാർത്ഥത്തിൽ ജാഗരൂകരും ബോധവാന്മാരുമായ ആളുകൾ മാത്രം- ആ അപൂർവ്വരായ ആളുകൾ മാത്രമാണ്, അവരും ദൈവവും തമ്മിലുള്ള ഒരു പാലം പണിയുന്നത്. ആ പാലത്തെ കൂടാതെ ജീവിതം അർത്ഥരഹിതമാകുന്നു. മഹത്തായ ഒരവസരം വളരെ എളുപ്പത്തിൽ നഷ്ടമായിപ്പോവുകയും ചെയ്യുന്നു.

22

പ്രഭാതമനനം

മനുഷ്യൻ ജനിക്കുന്നത് ഒരു അവസരം മാത്രമായിട്ടാണ്. അവന് മഹത്തായ സാധ്യതാശേഷിയുണ്ട്, എന്നാൽ ഓർക്കുക, ഒരു സാധ്യതാശേഷി സാധ്യതാശേഷി മാത്രമാണ്. അത് ഒരു വാസ്തവീകതയായി പരിവർത്തിപ്പിക്കപ്പെടേണ്ടതുണ്ട്, അത് വാസ്തവീകരിക്കപ്പെടേണ്ടതുണ്ട്. വമ്പിച്ച പരിശ്രമം അതിനാവശ്യമുണ്ട്, അതൊരു മല കയറുന്ന ഭാരിച്ച ജോലിയാണ്. ഒരുവൻ പരിശ്രമശാലിയായിരിക്കേണ്ടതുണ്ട്. വെറുതെ മോഹിക്കുക മാത്രം ചെയ്തുകൊണ്ട് ഒരുവന് പരമാനന്ദം സാക്ഷാത്കരിക്കുവാൻ സാധിക്കുകയില്ല. അത് കേവലം ആഗ്രഹിച്ചതുകൊണ്ട് മാത്രമായില്ല. ആ ഭാരിച്ച ജോലിക്കായി നിങ്ങളുടെ ഊർജ്ജം മുഴുവനും ഉപയുക്തമാക്കേണ്ടതുണ്ട്. അത് ജീവിതത്തിലെ ഏറ്റവും മഹത്തായ നേട്ടവുമാണ്. അതിനാൽ നിങ്ങളുടെ സമ്പൂർണ്ണമായ പ്രതിജ്ഞാബദ്ധത അതിനാവശ്യമുണ്ട്, അതിൽ കുറഞ്ഞതൊന്നും മതിയാവുകയില്ല.

22

പ്രദോഷമനനം

ദൈവത്തിലേക്ക് തെറ്റായ വഴികൾ ധാരാളമുണ്ട്. എന്നാൽ ശരിയായ വഴി ഒന്നുമാത്രമേയുള്ളു. തെറ്റായ വഴികൾ ഇവയാണ്: ഒരുവൻ ഭയംമൂലം ദൈവത്തിലേക്ക് നീങ്ങിയേക്കാം. അയാൾ വിചാരിക്കുക മാത്രമാണ് താൻ നീങ്ങുന്നുണ്ടെന്ന്, അയാളൊരിക്കലും അങ്ങോട്ട് നീങ്ങുന്നില്ല. അതുകൊണ്ടാണ് അത് തെറ്റായ വഴിയാകുന്നത്. ഭയം മൂലമാണ് നിങ്ങൾ നീങ്ങിക്കൊണ്ടിരിക്കുന്നതെങ്കിൽ എങ്ങനെ ദൈവത്തിലേക്ക് പോകുവാൻ കഴിയും? ഭയാലുവായിരിക്കുമ്പോൾ സ്വാഭാവികമായുണ്ടാകുന്ന പ്രവണത ഓടി രക്ഷപ്പെടാനാണ്. നിങ്ങൾക്ക് ദൈവത്തിൽ നിന്ന് കൂടുതൽ അകലേക്ക് പോകാനാവുമെന്നല്ലാതെ അവന്റെ അടുത്തേക്കെത്തുവാനാവില്ല. എല്ലാ മതങ്ങളും ജനങ്ങളെ പഠിപ്പിച്ചുകൊണ്ടിരിക്കുന്നത് ദൈവഭയമുള്ളവനായിരിക്കുവാനാണ്. മതഭക്തരായ ആളുകളെ നിർവ്വചിക്കുന്നത് ദൈവഭയമുള്ളവർ എന്നാണ്. ഇത് അസംബന്ധമാണ്- മതാത്മകനായ ഒരു വ്യക്തി ഒരിക്കലും ദൈവത്തെ ഭയക്കുന്നില്ല, അയാൾ അവനെ സ്നേഹിക്കുന്നു.

മനുഷ്യന് അത്യാർത്തിയിലൂടെയും ദൈവത്തിലേക്ക് നീങ്ങുവാനാകും. അതും രണ്ടാമതൊരു തെറ്റായ വഴിയാണ്, കാരണം അത്യാഗ്രഹമെന്നാൽ നിങ്ങൾക്ക് ചൂഷണം ചെയ്യണം എന്നാണർത്ഥം. അത്യാർത്തിയെന്നാൽ ദൈവത്തിലൂടെ നിറവേറപ്പെ

ടാനായി നിങ്ങൾക്ക് ചില കാമനകളുണ്ട് എന്നാണർത്ഥം. ദൈവമല്ല നിങ്ങളുടെ ലക്ഷ്യം. നിങ്ങൾക്ക് പണം വേണം, അധികാരം വേണം, പറുദീസ വേണം, പറുദീസയിലുള്ള എല്ലാ സുഖങ്ങളും വേണം. അത് ദൈവത്തിലൂടെ മാത്രമേ കിട്ടുകയുള്ളു എന്നതു കാരണം നിങ്ങൾ ദൈവത്തിൽ സമർപ്പണം ചെയ്യാൻ നിർബന്ധിതനാവുകയാണ്. പക്ഷെ ദൈവം ലക്ഷ്യമാകുന്നു, മാർഗമല്ല. ദൈവത്തെ ഒരു മാർഗമാക്കി മാറ്റുകയെന്നത് വൃത്തികെട്ടതും അറപ്പുളവാക്കുന്നതുമാണ്. ദൈവം ആത്യന്തികമായ ലക്ഷ്യമാകുന്നു. അതിനപ്പുറം യാതൊന്നുമില്ല.

അങ്ങനെയങ്ങനെ അത് നീണ്ടു പോകുന്നു.... ഇവയെല്ലാം തെറ്റായ മാർഗ്ഗങ്ങളാണ്. അവ മാർഗ്ഗങ്ങളാണെന്നു തോന്നുന്നുണ്ടെങ്കിലും മാർഗ്ഗങ്ങളല്ല, അവ മതിലുകളാണ്. ഒരേയൊരു ശരിയായ മാർഗ്ഗം പ്രേമമാകുന്നു.

കൂടുതൽ പ്രേമിക്കുക, ആഴത്തിൽ പ്രേമിക്കുക, പ്രേമത്തിന് വേണ്ടി മാത്രം പ്രേമിക്കുക, അപ്പോൾ നിങ്ങൾ അതിശയപ്പെടും. പതുക്കെപ്പതുക്കെ നൂതനമായ ചിലത് നിങ്ങൾക്കു ചുറ്റും സംഭവിക്കാൻ തുടങ്ങുന്നു: ദൈവസാന്നിധ്യം അനുഭവപ്പെടാൻ തുടങ്ങുന്നു.

പ്രഭാതമനനം

മനുഷ്യർക്ക് രണ്ട് രീതിയിൽ പ്രവർത്തിക്കുവാൻ കഴിയും. ഒന്നുകിൽ ഒരു ചിന്തിക്കുന്ന യന്ത്രമായി, കേവലമൊരു കമ്പ്യൂട്ടർകണക്കെ പ്രവർത്തിക്കാം. അതിനാണ് നമ്മുടെ സ്ക്കൂളുകൾ, കോളേജുകൾ, യൂണിവേഴ്സിറ്റികൾ, ആളുകളെ സജ്ജമാക്കിക്കൊണ്ടിരിക്കുന്നത്; കാര്യക്ഷമതയുള്ള മികച്ചശേഷിയുള്ള കമ്പ്യൂട്ടറുകളായി പ്രവർത്തിക്കാൻ. എന്നാൽ അപ്പോൾ അവർ നിങ്ങളുടെ ആത്മാവിനെ നശിപ്പിക്കുന്നു. ആൽബർട്ട് ഐൻസ്റ്റീന് ചെയ്യാൻ കഴിയുന്ന എന്തും ആ കമ്പ്യൂട്ടറിന് ചെയ്യാൻ കഴിയും, എന്നാൽ ആ കമ്പ്യൂട്ടറിന് ബോധപ്രാപ്തനാകുവാൻ കഴിയില്ല. ഒരു ബുദ്ധന് മാത്രം ചെയ്യാൻ കഴിയുന്ന അത് അതിനെക്കൊണ്ടാവില്ല. മനുഷ്യരാശി മരിച്ചു കൊണ്ടിരിക്കുകയാണ്, ആ മരിക്കൽ അത്രയും പതുക്കെയാണ് സംഭവിച്ചുകൊണ്ടിരിക്കുന്നതെന്നതിനാൽ നാമതിനെക്കുറിച്ച് ബോധവാന്മാരാകുന്നുപോലുമില്ല. വളരെ സാവധാനത്തിലുള്ള വിഷബാധയിലൂടെയാണ് ആ മരണം സംഭവിച്ചുകൊണ്ടിരിക്കുന്നത്. മനുഷ്യൻ പതുക്കെപ്പതുക്കെ കൂടുതൽ കൂടുതൽ ഒരു ബയോ കമ്പ്യൂട്ടറായി പരിവർത്തനപ്പെട്ടുകൊണ്ടിരിക്കുകയാണ്.

ഹൃദയമാണ് നിങ്ങളുടെ ശരിയായ കേന്ദ്രം. അതിനെ അവഗണിക്കാതിരിക്കുക, അതിനോട് അശ്രദ്ധ കാട്ടാതിരിക്കുക. മനസ്സിനെ ഉപയോഗിക്കുക. എന്നാൽ മനസ്സിനാൽ ഉപയോഗിക്കപ്പെടാതിരിക്കുകയും ചെയ്യുക. മനോഹരമായൊരു യന്ത്രമായി മനസ്സിനെ ഉപയോഗിക്കുക– ഒരു കാർപോലെയോ, ഒരു കമ്പ്യൂട്ടർപോലെയോ, ഒരു എയർകണ്ടീഷണർ പോലെയോ.... എന്നാൽ അതിൽക്കൂടുതൽ ആകരുത്. ഹൃദ

HEALTHY
A B C
CARROT
PAPAYA
ROOT GINGER

യത്തിൽ നിന്നുകൊണ്ട് പ്രവർത്തിക്കുക. വികാരങ്ങ ളായിരിക്കട്ടെ നിർണായകം. അവ എത്രമാത്രം അയുക്തികമായി തോന്നിയാലും അവ തന്നെ നിർണായകമായിരിക്കട്ടെ, അപ്പോൾ നിങ്ങളുടെ ജീവി തത്തിന് അതിന്റേതായൊരു സൗന്ദര്യമുണ്ടാകും, പരമാനന്ദമുണ്ടാകും. അതിന്റേതായ ഒരു നർത്തന വും, അതിന്റേതായ ആശീർവാദങ്ങളും ഉണ്ടാകും.

പ്രദോഷമനനം

നിങ്ങൾ പ്രേമനിർഭരമായ ഒരു ഇടത്തിലായിരിക്കുമ്പോഴൊക്കെയും ദൈവം ആ ഇടം നിറയ്ക്കുന്നു. ദൈവത്താൽ നിറയ്ക്കപ്പെടുന്നതിന്റെ ആ ആഹ്ലാദം നുണയുവാൻ ഒരിക്കൽ നിങ്ങൾക്ക് കഴിയുകയാണെങ്കിൽ ദിവസവും, ഇരുപത്തിനാല് മണിക്കൂറും പ്രേമപൂർണനായി നിലകൊള്ളുവാൻ തന്നെ നിങ്ങൾ ഇഷ്ടപ്പെടും. അപ്പോൾ പ്രേമം നിങ്ങളുടെ സ്വാഭാവികമായ അവസ്ഥയായിത്തീരുന്നു. ദൈവം നിങ്ങളുടെ ആന്തരികാനുഭവവും ആയിത്തീരുന്നു. പ്രേമത്തിലൂടെ മാത്രമേ ആളുകൾ ദൈവത്തിൽ എത്തിച്ചേർന്നിട്ടുള്ളു. മറ്റുള്ളവർ വഴിതെറ്റി അലഞ്ഞു നടക്കുക മാത്രമായിരുന്നു. പ്രേമമാണ് എന്റെ സന്ദേശം. 'പ്രേമം' എന്ന വാക്കിൽ അള്ളിപ്പിടിക്കാതിരിക്കുക. അതിലൂടെ ഒരു സുവിശേഷം സൃഷ്ടിക്കാതിരിക്കുക. അത് അനുഭവിച്ചറിയുകയാണ് വേണ്ടത്.

പ്രഭാതമനനം

ഹൃദയത്തിൽ ഒരു ദൈവികമായ ശബ്ദം എപ്പോഴുമുണ്ട്. അതു നിങ്ങളെ സദാ വിളിച്ചുകൊണ്ടിരിക്കുന്നു. എന്നാൽ നിങ്ങളൊരിക്കലും അതിനു സുലഭ്യനാകുന്നില്ല. നിങ്ങളെപ്പോഴും ചില നിസ്സാരമായ, നിത്യസാധാരണ കാര്യങ്ങളിൽ വ്യാപൃതനായിരിക്കുന്നു. നിങ്ങളുടെ മനസ്സ് നിറയെ അനാവശ്യമായ ചപ്പുചവറുകളാണ്, പ്രവൃത്തിയൊന്നും കൂടാതെ പ്രവർത്തനനിരതമായിരിക്കുന്നു. അതിനാൽ ആന്തരികമായ ആ കൊച്ചു നിതാന്തനിസ്വനം നിങ്ങൾക്ക് നഷ്ടമായിക്കൊണ്ടേയിരിക്കുന്നു. ഒരിക്കൽ മനസ്സ് നിശ്ശബ്ദമാവുകയും, ചിന്തകൾ അപ്രത്യക്ഷമാവുകയും ചെയ്യുമ്പോൾ, ഒരിക്കൽ യാതൊരു ചിന്തയും കൂടാതെ നിങ്ങൾ അവശേഷിക്കുമ്പോൾ പൊടുന്നനെ ആ സ്വരം കേൾക്കപ്പെടുന്നു. അങ്ങനെ നിങ്ങളുടെ സ്വന്തം ഹൃദയത്തിൽ നിന്ന് നേരിട്ടുതന്നെ ദൈവത്തെ ശ്രവിക്കുവാൻ കഴിയുകയെന്നത് പരിവർത്തനത്തിന്റെ ആരംഭമാകുന്നു, അത് ഒരു വെളിപ്പെടലാകുന്നു. ദൈവം എപ്പോഴും വന്നെത്തുന്നത് ഒരു വെളിപ്പെടലായിട്ടാണ്, ഒരിക്കലും ഒരു അറിവായിട്ടല്ല, മറിച്ച് എപ്പോഴും ഒരു വെളിപ്പെടലായി. അത് ഓർത്തിരിക്കുക.

അത് അതിവിദൂരത്തിലുമല്ല. അവനെപ്പോഴും ഇവിടെയുണ്ട്, ദിവസം ഇരുപത്തിനാല് മണിക്കൂറും നിങ്ങളെ കാത്തിരിപ്പുണ്ട്. എന്നാൽ ആളുകൾ അവിടെയും അവിടെയും ഓടിക്കൊണ്ടേയിരിക്കുന്നു. അവർ വെറും മണ്ടത്തരമായ അസംബന്ധങ്ങളിൽ മുഴുകിക്കൊണ്ട് ജീവിതം മുഴുവൻ പാഴാക്കിക്കൊണ്ടിരിക്കുന്നു, മനുഷ്യന് ഇത്രയും ബുദ്ധിഹീനനായിരിക്കുവാൻ കഴിയുമോയെന്ന് അത്ഭുതം തോന്നത്തക്കവിധം. എന്നാൽ അങ്ങനെയാണ് അവൻ ജീവിക്കുന്നത്.

പ്രദോഷ മനനം

പ്രേമനിർഭരമായ, ആത്മാർത്ഥവും വിശ്വസ്തവുമായ ഒരു ഹൃദയം- അത് തന്നെയാണ് കൃത്യമായും മതാത്മകമായ ഒരു അവബോധത്തിന്റെ നിർവ്വചനം. ഈ ഗുണവൈശിഷ്ട്യങ്ങൾ അതിനാവശ്യമുണ്ട്. ഈ ഗുണവൈശിഷ്ട്യങ്ങളെ കൂടാതെ ഒരുവന് ഒരിക്കലും ദൈവത്തെക്കുറിച്ച്, പ്രേമത്തെക്കുറിച്ച്, സൗന്ദര്യത്തെക്കുറിച്ച്, അസ്തിത്വത്തിന്റെ അതിമഹത്തായ സൗന്ദര്യത്തെക്കുറിച്ച് ബോധവാനാകുവാൻ കഴിയില്ല.

അസ്തിത്വത്തെ അറിയപ്പെടുന്നത് ഹൃദയത്തിലൂടെയാണ്, തലയിലൂടെയല്ല; ഹൃദയം അസ്തിത്വത്തെ സമീപിക്കുന്നത് അഗാധമായ പ്രേമത്തിലും വിശ്വസ്തതയിലുമാണ്. സമ്പൂർണ്ണതയുമായി സംവദിക്കുവാൻ മറ്റൊരു മാർഗ്ഗവുമില്ല.

ഈ ഗുണവിശേഷങ്ങൾ നിങ്ങളെ പതുക്കെപ്പതുക്കെ പരിവർത്തിപ്പിക്കുന്നു. അവ നിങ്ങളെ സന്ദേഹിയായ ആശയക്കുഴപ്പത്തിൽ നിന്ന് അറിയലിന്റെ തികഞ്ഞ നിശ്ചയദാർഢ്യത്തിലേക്ക് പരിവർത്തനം ചെയ്യുന്നു. അവ നിങ്ങളെ തലയുടേതായ അവ്യവസ്ഥയിൽ നിന്ന് ഹൃദയത്തിന്റെ സ്വരൈക്യത്തിലേക്ക് കൊണ്ടു പോകുന്നു. അതിനാൽ ആ ഗുണവിശേഷങ്ങളെ ഓർത്തിരിക്കുക.

പ്രഭാതമനനം

ഹൃദയം എപ്പോഴും സത്യസന്ധമാണ്. ഹൃദയം ഒരിക്കലും സത്യവിരുദ്ധമാകുന്നില്ല. തലയാകട്ടെ ഒരിക്കലും സത്യസന്ധമല്ലതാനും. തല ജീവിക്കുന്നത് നുണകളിലാണ്, നുണകളിലൂടെയാണത് ജീവിക്കുന്നത്, എല്ലാത്തരത്തിലുമുള്ള കപടതകളിലുമാണ് അത് നിലനിൽക്കുന്നത്. ഹൃദയം ആധികാരികമാണ്, ആത്മാർത്ഥമാണ്, അത് സുലളിതവും കുശലതകളില്ലാത്തതുമാണ്. അത് അങ്ങേയറ്റം ധൈഷണികമാണെങ്കിലും കുശലബുദ്ധിയല്ല. ഉള്ളതെന്താണോ അതിനെ അത് കേവലം പ്രതിഫലിപ്പിക്കുന്നു. അതാണ് അതിന്റെ സൗന്ദര്യവും അതിന്റെ സത്യവും.

ദൈവം ഒരിക്കലും തലയിലൂടെ അറിയപ്പെടുന്നില്ല. മൂല്യമുള്ളതൊന്നും തന്നെ ഒരിക്കലും തലയിലൂടെ അറിയപ്പെടുന്നില്ല. പ്രേമം, സൗന്ദര്യം, ദൈവം, അവയെല്ലം അറിയപ്പെടുന്നത് ഹൃദയത്തിലൂടെയാണ്. ഹൃദയം യാഥാർത്ഥ്യത്തിലേക്കുള്ള കവാടമില്ലാകവാടമാകുന്നു. തലയിൽ നിന്ന് ഹൃദയത്തിലേക്ക് നീങ്ങുക.

പ്രദോഷ മനനം

പ്രാർത്ഥനയെന്നാൽ ദൈവത്തോട് എന്തെങ്കിലും പറയുക, എന്തെങ്കിലും ആവശ്യപ്പെടുക എന്നല്ല അർത്ഥം. പ്രാർത്ഥനയെന്നാൽ ദൈവത്തിനുനേരെ ശ്രദ്ധാലുവായിരിക്കലാകുന്നു. നിങ്ങൾക്ക് എന്തെങ്കിലും പറയുവാനുണ്ടെങ്കിൽ അത് ഒരു നന്ദിവാക്ക് മാത്രമാണ്. ലളിതമായ ഒരു 'അതെ' മാത്രം മതിയാകും.

എന്നാൽ ലോകമൊട്ടാകെയുള്ള സംഘടിതമതങ്ങൾ ആളുകളെ ആവശ്യമില്ലാത്ത പ്രാർത്ഥനകൾ പഠിപ്പിച്ചുകൊണ്ടിരിക്കുകയായിരുന്നു. ജനങ്ങളാകട്ടെ, തത്തകളെപ്പോലെ ആ പ്രാർത്ഥനകൾ ഉരുവിട്ടുകൊണ്ടിരിക്കുകയും ചെയ്യുന്നു. അവയ്ക്ക് എല്ലാ അർത്ഥവും നഷ്ടമായിരിക്കുന്നു, അവ ശുദ്ധമായ അനുഷ്ഠാനങ്ങൾ മാത്രമായിരിക്കുന്നു. അവ വെറും ഔപചാരികതയായിത്തീർന്നിരിക്കുന്നു. യഥാർത്ഥമായ പ്രാർത്ഥന നിങ്ങൾ പഠിക്കേണ്ടതുണ്ട്. അതിൽ അടങ്ങിയിരിക്കുന്നത് നിശ്ശബ്ദതയാണ്, അഗാധമായ ശ്രദ്ധയാണ്. ദൈവത്തിന് നിങ്ങളോട് ചില കാര്യങ്ങൾ വിനിമയം ചെയ്യണമെന്നുണ്ട്. അവൻ നിങ്ങളെ തേടിക്കൊണ്ടിരിക്കുകയാണ്, എന്നാൽ നിങ്ങളെ ഒരിക്കലും കണ്ടെത്തുന്നില്ല, കാരണം നിങ്ങൾ എപ്പോഴും തിരക്കിലാണ്.

നിശ്ശബ്ദനായി വർത്തിക്കുക, ഒന്നിലും ആമഗ്നനാകാതെ കൂടുതൽ കൂടുതൽ സുലഭ്യനായി. അപ്പോൾ അധികം താമസിയാതെ ഉള്ളിലെ ആ നേരിയ, നിതാന്തനിസ്വനം നിങ്ങൾ കേൾക്കുവാൻ തുടങ്ങും. ദൈവം പുറമേ നിന്നുകൊണ്ട് സംസാരിക്കുന്നില്ല, നിങ്ങളുടെ ആന്തരികമായ അകക്കാമ്പിൽ നിന്നുകൊണ്ടാണ് അവൻ സംസാരിക്കുന്നത്. അവനിപ്പോൾ തന്നെ അവിടെയുണ്ട്. ആ അകക്കാമ്പുമായി ബന്ധപ്പെട്ടുകൊണ്ട് വർത്തിക്കുക എന്നതാണ്

യഥാർത്ഥമായ പ്രാർത്ഥന. അങ്ങനെ നിങ്ങൾ അവ നുമായി ബന്ധത്തിൽ വർത്തിക്കുന്നു നിമിഷം.... അത് അത്രയും പരമാനന്ദകരം, അത്രയും ഹർഷാത്മക മാണ്. അതുമൂലം നിങ്ങൾക്ക് അഗാധമായ കൃതജ്ഞ തയിൽ തലകുനിക്കുവാൻ മാത്രമേ സാധിക്കുകയു ള്ളു.

പ്രഭാതമനനം

സരളതയാണ് നിങ്ങളെ വഴക്കമുള്ളവനാക്കുന്നത്, തുറന്നിരിക്കുന്നവനാക്കുന്നത്, നമ്മളെ ചൂഴ്ന്നു നില്ക്കുന്ന നിഗൂഢത്വത്തിലേക്ക് നിങ്ങളെ സംവേദിയാക്കുന്നത്. സരളമനസ്കരല്ലാത്ത ആളുകൾ, പാറപോലെ കാഠിന്യമുള്ളവർ, അവർക്ക് ജീവിതം നഷ്ടപ്പെട്ടുകൊണ്ടേയിരിക്കുന്നു. ജീവിതം കടന്നു പോകുന്നു; അതിന് അവരിലേക്ക് കടന്നു ചെല്ലാനാകുന്നില്ല. അവർ അതിന് വഴങ്ങുന്നില്ല. സരളമനസ്കരും മൃദുല ഹൃദയരുമായവർക്ക്, പ്രേമപൂർണ്ണരും കാരുണ്യവാന്മാരും സംവേദികളുമായവർക്ക് ജീവിതം മഹത്തായ ഒരാനന്ദമാണ്. അവരുടെ ജീവിതം തന്നെ അതിന് തെളിവാകുന്നു. ആയിരമായിരം വഴികളിൽ അത് ദൈവമുണ്ടെന്ന് തെളിയിക്കുന്നു. എന്നാൽ കഠിനഹൃദയരായവർക്ക്, പാറപോലുള്ള വ്യക്തികൾക്ക് ദൈവത്തിന് തെളിവൊന്നുമില്ല. അവനെ സംബന്ധിച്ച് ദൈവത്തെ തെളിയിക്കാനാവില്ല. കാരണം അനുഭവിച്ചറിയുവാൻ അവന് ഒരു സംവേദകത്വവുമില്ല. എല്ലാ വികാരവും നഷ്ടമായിരിക്കുന്നു, അവൻ ജീവിക്കുന്നത് ചിന്തിക്കലിലാണ്. അയാൾക്ക് തന്റെ ഹൃദയം നഷ്ടമായിരിക്കുന്നു, അയാൾ വെറുമൊരു തലയാണ്. തലയാകട്ടെ വെറും ചപ്പുചവറുമാണ്. ഒരു ഹൃദയമായി വർത്തിക്കുക! നിങ്ങളുടെ തല പോവുകയാണെങ്കിൽ, പോകട്ടെ! അതിന് അത്രയേ വിലയുള്ളു. തലയില്ലാത്തവനായിരിക്കുന്നത് മനോഹരമാണ്. എന്നാൽ ഹൃദയമില്ലാത്തവനായിരിക്കുന്നത് വിരൂപമാകുന്നു.

പ്രദോഷ മനനം

ആരാധകന്മാർ ഏറെയുണ്ട്. ഈ ലോകം അവരെക്കൊണ്ട് നിറഞ്ഞിരിക്കുന്നു. ക്രൈസ്തവ ദേവാലയങ്ങൾ, മുഹമ്മദീയ ദേവാലയങ്ങൾ, ഹൈന്ദവ ദേവാലയങ്ങൾ, ജൂതദേവാലയങ്ങൾ, അവയെല്ലാം ആരാധകരെക്കൊണ്ട് നിറഞ്ഞിരിക്കുന്നു. എന്നാൽ ഞാൻ അവരെ ആരാധകരെന്ന് വിളിക്കുകയില്ല. അവരുടെ ആരാധന വെറും ചടങ്ങ് മാത്രമാണ്. അവർ കേവലമൊരു പാരമ്പര്യത്തെ പിന്തുടരുക മാത്രമാണ് ചെയ്യുന്നത്. അവർ പ്രതീകങ്ങളെ ആരാധിക്കുന്നു. അവരുടെ ഹൃദയം പ്രേമംകൊണ്ട് നിറയുന്നില്ല; ദൈവത്തിനു വേണ്ടിയുള്ള ഒരു ദാഹം വാസ്തവത്തിൽ അവർക്കില്ല; അവർ വെറുമൊരു സാമൂഹ്യമായ കടമ നിറവേറ്റുകയാണ്. ഒരുപക്ഷെ അവർ അതിനോട് അടിപ്പെട്ടുപോയിട്ടുണ്ടായിരിക്കാം, അവർ അത് ചെയ്യുന്നില്ലെങ്കിൽ എന്തോ നഷ്ടമാകുന്നതുപോലെ അവർക്ക് തോന്നുന്നുണ്ടാകാം....

എനിക്ക് അനുഷ്ഠാനങ്ങളിൽ താല്പര്യമില്ല. നിങ്ങൾ ഇന്ന,ഇന്ന പ്രാർത്ഥനകൾ ചൊല്ലണമെന്ന് ഞാൻ പഠിപ്പിക്കുന്നില്ല. തത്തകളെപ്പോലെ ചില സൂത്രവാക്യങ്ങൾ - അറബിക്കിൽ, ഹീബ്രുവിൽ, സംസ്കൃതത്തിൽ - എന്നോ മറന്നു കഴിഞ്ഞ ചില മൃതഭാഷകളിൽ അവ ഉരുവിടണമെന്ന്. അത്തരം ഒരു 'ജിബ്ബരീഷും' ഞാൻ പഠിപ്പിക്കുന്നില്ല. ഞാൻ കേവലം നിങ്ങളെ ചൂഴ്ന്നു നിൽക്കുന്ന അസ്തിത്വത്തിന്റെ സൗന്ദര്യത്തെ സ്നേഹിക്കണമെന്ന് മാത്രമാണ് പഠിപ്പിക്കുന്നത്. ഇതാണ് യഥാർത്ഥമായ ആരാധന. കാരണം സ്വയം അഭിവ്യഞ്ജിതമായ ആയിരക്കണക്കിന് രീതികളിൽ ദൈവം സുലഭ്യനാ

യിരിക്കുന്നു- വൃക്ഷങ്ങളിൽ, പക്ഷികളിൽ, പൂക്കളിൽ, പർവ്വതങ്ങളിൽ, സൂര്യനിൽ, ചന്ദ്രനിൽ, മനുഷ്യരിൽ, മൃഗങ്ങളിൽ. അവനെ അനുഭവിച്ചറിയുക, അവനിൽ വിശ്വസിക്കുന്നതിനേക്കാളേറെ അസ്തിത്വത്തിന്റെ മനോഹാരിത അനുഭവിച്ചറിയുക. പ്രപഞ്ചത്തിന്റെ മഹിമ അനുഭവിച്ചറിയുക. നക്ഷത്രങ്ങൾ നിറഞ്ഞ ഒരു രാത്രിയുടെ മനോഹാരിത കണ്ടനുഭവിക്കുക. സുന്ദരമായൊരു സൂര്യോദയത്തിന് മുട്ടു മടക്കി വണങ്ങുന്നതിന് നിങ്ങളെ സഹായിക്കുവാൻ കഴിയുന്നില്ലെങ്കിൽ, അപ്പോൾ ഒരു ക്ഷേത്രവും ഒരു പള്ളിയും നിങ്ങളെ സഹായിക്കുവാൻ പോകുന്നില്ല. ഒരു കുയിലിന്റെ വിദൂരമായ വിളി നിങ്ങളിൽ ഒരു ഇന്ദ്രജാലവും ഉണ്ടാക്കുന്നില്ലെങ്കിൽ, അപ്പോൾ നിങ്ങൾ മൃതനാണ്, അപ്പോൾ ആരാധന നിങ്ങളിൽ സംഭവിക്കുകയില്ല. ഹൃദയം ജീവിതത്താൽ തുടിക്കുമ്പോൾ മാത്രമേ ആരാധന സംഭവിക്കാൻ പോകുന്നുള്ളു.

പ്രഭാതമനനം

സാധാരണ ജീവിതത്തെ ആദ്ധ്യാത്മിക ജീവിതത്തിൽ നിന്ന് ഞാൻ വേർപ്പെടുത്തുന്നില്ല, അവ ഒന്നുതന്നെയാണ്. അവിഭാജ്യമാംവിധം ഒന്നുതന്നെയാണവ. അവയെ വേർപ്പെടുത്തുക എന്നത് വിഘടിതമായ ഒരു മാനവരാശിയെ, സ്കിസോഫ്രീനിയ പിടിപെട്ട ഒരു മാനവരാശിയെ സൃഷ്ടിക്കലാണ്. ജീവിതം ഒരു ഏകത്വമാണ്. ഒരു ജൈവികമായ ഏകത്വം, വിഭജിക്കാനാവാത്തത്. ഒന്നും ഉയർന്നതോ താഴ്ന്നതോ അല്ല. അങ്ങനെയൊരു ക്രമാനുഗതികത്വമില്ല. എല്ലാം ഏകകാലികമായി നിലനിൽക്കുന്നു, ഒരേ തലത്തിൽ. അതുകൊണ്ട് ഒന്നുംതന്നെ പരിത്യജിക്കേണ്ടതില്ല. ഒന്നുംതന്നെ നിരാകരിക്കേണ്ടതില്ല. തീർച്ചയായും എല്ലാ കാര്യങ്ങളും പരിവർത്തിപ്പിക്കപ്പെടണം, പ്രേമത്തിലൂടെ, പരമാനന്ദത്തിലൂടെ, ആഹ്ലാദത്തിലൂടെ പരിവർത്തിപ്പിക്കപ്പെടണം. നിങ്ങളുടെ ജീവിതത്തിലേക്ക് നൃത്തം കൊണ്ടുവരാൻ നിങ്ങൾക്ക് കഴിയുമെങ്കിൽ, നിങ്ങളുടെ ജീവിതത്തിലെ ഓരോ നിമിഷവും ഒരു ഭാവഗീതമായിത്തീരുമെങ്കിൽ, അതിന് താളാത്മകമായ ഒരു അനുഭവമായിത്തീരുവാൻ കഴിയുമെങ്കിൽ, അപ്പോൾ ദൈവം നിങ്ങളിലേക്ക് വന്നെത്താതെ തരമില്ല.

പ്രദോഷ മനനം

മറ്റുള്ളവർ നിങ്ങളെക്കുറിച്ച് എന്തുപറയുന്നു എന്നോർത്ത് വ്യാകുലപ്പെടാതിരിക്കുക, ഒരിക്കലും അത് ഗൗനിക്കാതിരിക്കുക. എല്ലായ്പ്പോഴും ഒരു കാര്യം മാത്രം ആലോചിക്കുക: ''ദൈവമാണ് എന്റെ വിധി കർത്തവ്, എനിക്ക് ദൈവത്തെ അഭിമുഖീകരിക്കാൻ കഴിയുമോ?'' നിങ്ങളുടെ മുഴുവൻ ജീവിതത്തിന്റെയും പരിശോധകം അതായിരിക്കട്ടെ, അപ്പോൾ നിങ്ങൾക്ക് നഷ്ടപ്പെടുവാൻ പോകുന്നില്ല. ഒരാൾ, അവന്റെ സ്വന്തം കാലിൽ നില്ക്കേണ്ടതുണ്ട്. പരിഗണിക്കപ്പെടേണ്ട ഒരേ ഒരു കാര്യം ഇതു മാത്രമാണ്: ഞാൻ എന്തുതന്നെ ചെയ്താലും അത് എന്റെ സ്വന്തം വെളിച്ചത്തിനനുസൃതമായിരിക്കണം. എന്റെ അവബോധമായിരിക്കണം, നിർണായകമായ ഘടകം. അപ്പോൾ ദൈവമാണ് നിങ്ങളുടെ വിധികർത്താവ്.

28

പ്രഭാതമനനം

ഒരിക്കൽ നിങ്ങൾ വിശ്വസ്തനാകുവാൻ ഒരുങ്ങിയാൽ അതോടെ നിങ്ങൾ തുറന്നിരിക്കുന്നവനാകുവാൻ തുടങ്ങുന്നു. വിശ്വസ്തതയില്ലായ്മയിൽ ഒരുവൻ സ്വാഭാവികമായും അടഞ്ഞു പോകുന്നു- സുരക്ഷയിൽ ഒരുവൻ സ്വയം അടയുന്നു, വഴക്കമുള്ളവനാകുവാൻ അവൻ ഭയപ്പെടുന്നു. വിശ്വസ്തതയിൽ ഒരാൾ സ്വയം തുറക്കപ്പെടുന്നു: ഭയപ്പെടാനൊന്നുമില്ല, ഇത് എന്റെ ഭവനമാണ്. വൃക്ഷങ്ങളും നക്ഷത്രങ്ങളും, സൂര്യനും ചന്ദ്രനുമെല്ലാം നമ്മുടെ കുടുംബത്തിന്റെ ഭാഗമാണ്. നമ്മുടെ സഹോദരീസഹോദരന്മാരാണ്. ഈ പ്രപഞ്ചം ഒരു കുടുംബമാകുന്നു.

ഈ അനുഭവം സാധ്യമാകുന്നത് നിങ്ങൾ വിശ്വസ്തനാകുമ്പോൾ മാത്രമാണ്- അതിനുശേഷം, പരമാനന്ദം അനിവാര്യവുമാകുന്നു. അതില്ലാതെ ദുഃഖമായിരിക്കും നമ്മുടെ നിയോഗം, ഒഴിവാക്കാനാവാത്ത നിയോഗം. എന്നാൽ വിശ്വസ്തതയോടൊപ്പം പരമാനന്ദം സ്വാഭാവികവുമാകുന്നു. അത് സ്വയമേവ വന്നുചേരുന്നു.

പ്രദോഷമനനം

എല്ലാവരും ദൈവത്താൽ തുല്യരായി ഗണിക്കപ്പെടുന്നു. അസ്തിത്വത്തിൽ ഒരു പക്ഷപാതിത്വവുമില്ല. അസ്തിത്വം പരിപൂർണ്ണമായും പക്ഷപാതരഹിതമാണ്. എന്നാൽ അതിനർത്ഥം അത് തണുപ്പനാണെന്നല്ല, അത് വളരെ ഊഷ്മളമാണ്, പ്രേമപൂർണ്ണമാണ്, സംരക്ഷണപരമാണ്, സ്വാന്തനപരമാണ്. എന്നാൽ അതിന്റെ ഊഷ്മളതയോട് നമ്മൾ തുറന്നിരിക്കുന്നില്ല, നമ്മൾ അടഞ്ഞാണിരിക്കുന്നത്. പ്രശ്നം നമ്മളിലാണ്, അസ്തിത്വത്തിലല്ല. അതിനാൽ യുഗങ്ങളായി പരിശ്രമം മുഴുവനും ഒരൊറ്റ കാര്യത്തിലായിരുന്നു: ആളുകളെ സ്വയം തുറന്നിരിക്കുന്നവരാകുവാൻ സഹായിക്കുക. അതുവഴി അവരെ നക്ഷത്രങ്ങളോടും മേഘങ്ങളോടും സൂര്യനോടും ചന്ദ്രനോടും സംവദിക്കുവാൻ കഴിയുമാറാക്കുക. കാരണം ഈ സമ്പൂർണ്ണതയാണ് ദൈവം എന്നു പറയുന്നത്. ഈ അസ്തിത്വത്തിനപ്പുറം ഒരു ദൈവവുമില്ല. നിങ്ങൾ തുറന്നിരിക്കാത്തപക്ഷം, നിർഭയമായി തുറന്നിരിക്കാത്തപക്ഷം നിങ്ങൾക്ക് നഷ്ടപ്പെടുന്നതെന്താണ് എന്നതിനെക്കുറിച്ച് നിങ്ങളൊരിക്കലും ബോധവാനാവുകയില്ല. നിങ്ങൾക്ക് ജീവിതം നഷ്ടമായിക്കൊണ്ടിരിക്കുന്നു. പ്രേമം നഷ്ടമായിക്കൊണ്ടിരിക്കുന്നു, സത്യം നഷ്ടമായിക്കൊണ്ടിരിക്കുന്നു.

ധൈര്യം സംഭരിക്കുകയും ചുറ്റുമുള്ള സൗന്ദര്യത്തോട്, അനുഗ്രഹാശ്ശിസുകളോട് സ്വയം തുറന്നവനായി വർത്തിക്കുകയും ചെയ്യുക. അപ്പോൾ അതെല്ലാം നിങ്ങളുടേതാണ്.

29

പ്രഭാതമനനം

ജീവിതത്തെ രണ്ട് വിധത്തിൽ ജീവിക്കാം. ഒന്നുകിൽ ഒരു മലയിറക്കത്തിന്റെ പ്രതിഭാസമായോ അല്ലെങ്കിൽ ഒരു മലകയറ്റത്തിന്റെ ജോലിഭാരമായോ. നിങ്ങൾ താഴോട്ടിറങ്ങുകയാണെങ്കിൽ, അത് സൗകര്യപ്രദമായിരിക്കും, സുഖകരമായിരിക്കും. നിങ്ങളുടെ ഭാഗത്ത് ഒരു ശ്രമവും ആവശ്യമില്ല. ഒരു അപകടസാധ്യതയോ വെല്ലുവിളിയോ ഇല്ല- എന്നാൽ അതിൽ നേട്ടമൊന്നുമില്ല. നിങ്ങൾ കേവലം ജനനത്തിൽ നിന്ന് മരണത്തിലേക്ക് വഴുതി വീഴുന്നു. ജീവിതം ഒരു വിശാലമായ ശൂന്യതയായി നിലനിൽക്കുന്നു. ഒരാൾ പരിശ്രമശാലിയായിരിക്കേണ്ട ആവശ്യമുണ്ട്, വെല്ലുവിളികൾ സ്വീകരിക്കേണ്ട ആവശ്യമുണ്ട്, അവയാണ് ഒരുവനെ മേല്പ്പോട്ടുള്ള യാത്രയ്ക്ക് പ്രചോദിപ്പിക്കുന്നത്. ആ യാത്ര ദുഷ്കരമാണ്. അപകടകരമാണ്. എന്നാൽ അത് നിങ്ങളിലെ ഏറ്റവും മെച്ചമായതിനെ പുറത്തു കൊണ്ടുവരുന്നു. അത് ഉദ്ഗ്രഥനം സൃഷ്ടിക്കുന്നു, ആത്യന്തികമായി അത് നിങ്ങളിൽ ഒരു ആത്മാവ് സൃഷ്ടിക്കുന്നു. ഒരുവൻ തന്റെ മുഴുവൻ ഊർജ്ജങ്ങളെയും ആ പ്രയത്നത്തിലേക്ക് ഉപയോഗപ്പെടുത്തേണ്ടതുണ്ട്. അപ്പോൾ മാത്രമേ.... ഒരാൾ എല്ലാം പണയപ്പെടുത്തേണ്ടതുണ്ട്, എങ്കിൽ മാത്രം... പക്ഷെ അപ്പോൾ ജീവിതം പുഷ്പീകരിക്കുന്നു, പ്രഫുല്ലനം ചെയ്യുന്നു. ജീവിതം ഒരു ആഹ്ലാദമായിത്തീരുന്നു. ഒരു സംതൃപ്തി, ഒരു സാഫല്യം, ഒരു അനുഗ്രഹം.

പ്രദോഷമനനം

യുഗങ്ങളായി പുരോഹിതന്മാർ മനുഷ്യനെ അത്രയധികം അവമതിച്ചിട്ടുണ്ട്. അതിനാൽ എല്ലാവർക്കും തങ്ങൾ നിരാകരിക്കപ്പെട്ടിരിക്കുന്നു തോന്നുന്നു. എല്ലാവർക്കും ആ തോന്നലുണ്ട്, ''ഞാൻ ഒന്നിനും കൊള്ളാത്തവനാണ്.'' പതുക്കെപ്പതുക്കെ പുരോഹിതന്മാർ ആത്മാഭിമാനം എന്നത് ആകെ നശിപ്പിച്ചു കളഞ്ഞു. അവർ ഓരോ വ്യക്തിയിലും ഒരു വിഭജനം സൃഷ്ടിച്ചിരിക്കുന്നു - നിന്ദിക്കപ്പെടുന്ന ഭാഗവും നിന്ദിക്കുന്ന ആളും. ആ നിന്ദിക്കുന്നവനെ അവർ മനസ്സാക്ഷിയെന്ന് വിളിക്കുന്നു. നിന്ദിക്കപ്പെടുന്ന ഭാഗത്തെ അവർ നിങ്ങളുടെ ജന്മവാസന എന്നും വിളിക്കുന്നു. ഈ വിഭജനം നിങ്ങളെ നിരന്തരമായി നിങ്ങളുമായുള്ള ഒരു ശണ്ഠയിൽ, സ്വരച്ചേർച്ചയില്ലായ്മയിൽ നിലനിർത്തുന്നു. നിങ്ങൾ നിങ്ങൾക്കുനേരെ കത്തിയുമായി നടക്കുന്നു, ഇത് അസ്തിത്വത്തെ അറിയുവാനുള്ള മാർഗ്ഗമേയല്ല.

ഒന്നാമത്തെ പാഠം നിങ്ങൾ ആയിരിക്കുന്ന അതേ അവസ്ഥയിൽ തന്നെ സ്വയം സ്നേഹിക്കുക എന്നതാണ്, കാരണം നിങ്ങൾ എന്താണോ അതായിത്തന്നെ അസ്തിത്വം നിങ്ങളെ സ്നേഹിക്കുന്നു. അതിനർത്ഥം നിങ്ങൾ എന്നെന്നേയ്ക്കുമായി തത്തുല്യമായി നിലനിൽക്കണമെന്നല്ല.

വാസ്തവത്തിൽ പരിവർത്തനത്തിന്റെ ഒന്നാമത്തെ ചുവട് ഇതാണ്: നിങ്ങൾ സ്വയം സ്നേഹിക്കുന്നുവെങ്കിൽ നിങ്ങൾക്ക് കൂടുതൽ വേഗത്തിൽ, ദ്രുതഗതിയിൽ വളരുവാൻ കഴിയും.

പ്രഭാതമനനം

അതിമഹത്തായ ഒരു നിധിയോടുകൂടിയാണ് നമ്മൾ ഭൂജാതരായിരിക്കുന്നത്. അത് അതിബൃഹത്താണ്. തീർത്താൽതീരാത്തത്രയും ബൃഹത്തായ നിധി. എന്നാൽ നാം ജീവിക്കുന്നത് അങ്ങേയറ്റം ദാരിദ്ര്യത്തിലത്രെ. കാരണം നമ്മളൊരിക്കലും നമ്മുടെ സ്വന്തം സത്തയിലേക്ക് കുഴിച്ചു നോക്കുന്നില്ല. നമ്മൾ മറ്റെല്ലായിടങ്ങളിലും നോക്കിക്കൊണ്ടേയിരിക്കുന്നു. ഇതാണ് മനുഷ്യനെ സംബന്ധിച്ച ഏറ്റവും വിചിത്രമായ കാര്യം, അവൻ എല്ലായിടങ്ങളിലും അന്വേഷിക്കുകയും തേടുകയും ചെയ്യുന്നു- അവൻ എവറസ്റ്റിലേക്ക് പോകുവാൻ തയ്യാറാണ്, ചന്ദ്രനിലേക്ക് പോകുവാൻ തയ്യാറാണ്. പക്ഷെ അവൻ സ്വന്തം ഉള്ളിലേക്ക് പോകുവാൻ തയ്യാറല്ല.

'ഉള്ളിലേക്ക് പോവുക' എന്ന് പറയുമ്പോൾ അത് ചെന്നു പതിക്കുന്നത് ബധിരമായ കാതുകളിലാണ്. എന്നാൽ അവിടെയാണ് നിധിയുള്ളതും. അതിനാൽ ആ നിധി നമ്മൾ നമ്മോടൊപ്പം കൊണ്ടു നടക്കുകയും എന്നിട്ടും സ്വയം യാചകരായി നിലനിൽക്കുകയും ചെയ്യുന്നു. നിങ്ങളുടെ യാഥാർത്ഥ്യം ആന്തരികതയിലാണ്, നിങ്ങൾ ബാഹ്യതയിൽ തേടുകയും തെരയുകയും ചെയ്തുകൊണ്ടിരിക്കുന്നു. ഒന്നാമത്തെ അന്വേഷണം നടത്തേണ്ടത് ഉള്ളിലായിരിക്കണം. അവിടെ അത് കണ്ടെത്തുന്നില്ലെങ്കിൽ... പിന്നെ തീർച്ചയായും നിങ്ങൾക്ക് ലോകം മുഴുവനും പര്യവേക്ഷണം ചെയ്യാം. പക്ഷെ, അങ്ങനെ ആരും അതൊരിക്കലും കണ്ടെത്തിയിട്ടില്ല. ഉള്ളിലേക്ക് അന്വേഷിച്ചു പോയിട്ടുള്ളവരെല്ലാം അത് കണ്ടെത്തിയിട്ടുമുണ്ട്.

പ്രദോഷ മനനം

ദൈവം എപ്പോഴും നമ്മോടൊപ്പമുണ്ട്; പ്രശ്നം നമ്മുടെ ഭാഗത്തു നിന്നാണ്, നമ്മൾ അവനോടൊപ്പമല്ല. ദൈവം നമ്മോടൊപ്പം ഇല്ലായിരുന്നുവെങ്കിൽ നമുക്ക് ഒരു നിമിഷംപോലും നിലനിൽക്കുവാൻ കഴിയുമായിരുന്നില്ല. അവൻ നമ്മുടെ ജീവിതമാകുന്നു, അവനാണ് നമ്മിൽ ശ്വസിക്കുന്നത്, അവനാണ് നമ്മുടെ ഹൃദയത്തിൽ മിടിക്കുന്നത്, അവനാണ് നമ്മുടെ അവബോധം. അവൻ എല്ലായ്പ്പോഴും നമ്മോടൊപ്പമുണ്ട്. എന്നാൽ നമ്മൾ എപ്പോഴും അവനോടൊപ്പമല്ല.

നമ്മളും അവനോടൊപ്പം ആയിത്തീരുന്ന നിമിഷം അടിസ്ഥാനപരമായ ഒരു മാറ്റം സംഭവിക്കുന്നു. അപ്പോൾ ജീവിതമാകുന്ന സംഗീതത്തിന്റെ പ്രസക്തിയെക്കുറിച്ച്, അതിന്റെ അർത്ഥത്തെക്കുറിച്ച് നിങ്ങൾ ബോധവാനായിത്തീരുന്നു. അപ്പോൾ നിങ്ങളുടെമേൽ എത്രമാത്രം അനുഗ്രഹങ്ങൾ വർഷിക്കപ്പെട്ടിരിക്കുന്നു, എന്തെല്ലാം നിങ്ങൾക്ക് നൽകപ്പെട്ടിരിക്കുന്നു എന്നതിനെക്കുറിച്ച് നിങ്ങൾ ബോധവാനായിത്തീരുന്നു. അപ്പോൾ മഹത്തായ കൃതജ്ഞത നിങ്ങളിൽ ഉണ്ടാകുന്നു, ആ കൃതജ്ഞത തന്നെയാണ് മതത്തിന്റെ അവശ്യമായ അകക്കാമ്പ്, മതത്തിന്റെ ശരിയായ ആത്മാവ്. മറ്റുള്ളതെല്ലാം അനുഷ്ഠാനങ്ങൾ മാത്രം. കൃതജ്ഞത തോന്നുക എന്നതാണ് മതാത്മകനായി വർത്തിക്കൽ.

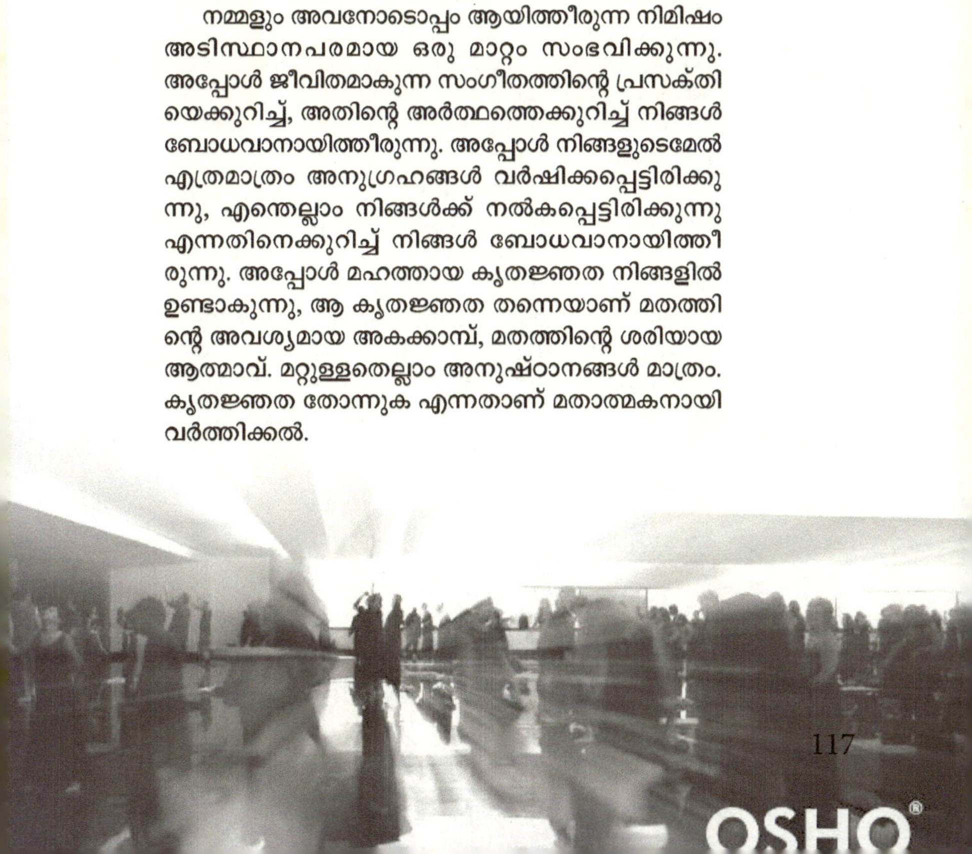

OSHO®

പ്രഭാതമനനം

അവനവനു വേണ്ടി അന്വേഷിക്കുകയും തേടുകയും ചെയ്യുന്ന നിമിഷം ഒരുവൻ അനുഗ്രഹീതനായിത്തീരുന്നു. ആ അന്വേഷണം തന്നെയാണ് പരിവർത്തനത്തിന്റെ ആരംഭം. ആ അന്വേഷണം എത്രമാത്രം ഹൃദയംഗമമാകുന്നുവോ പരിവർത്തനം അത്രകണ്ട് വേഗത്തിലാകുന്നു. അത് തീവ്രമാക്കുക, സമ്പൂർണ്ണമാക്കുക.

ജീവിതത്തിന്റെയും അസ്തിത്വത്തിന്റെയും പ്രാരംഭമായ രഹസ്യങ്ങളിലൊന്നാണിത്: നിങ്ങളുടെ ജീവിതം പോലും ബലിയർപ്പിക്കുവാൻ നിങ്ങളെ സന്നദ്ധനാക്കുന്ന എന്തെങ്കിലുമൊന്ന് നിങ്ങൾക്കുണ്ടെങ്കിൽ, അപ്പോൾ മാത്രമാണ് നിങ്ങൾ ജീവിക്കുന്നത്. നിങ്ങളുടെ ജീവിതത്തിൽ ജീവിതത്തേക്കാൾ കൂടുതൽ ഉന്നതമായ, കൂടുതൽ വലിയ, കൂടുതൽ വിശുദ്ധമായ എന്തെങ്കിലും ഒന്നുണ്ടാകുമ്പോൾ മാത്രമാണ് ജീവിതം ആരംഭിക്കുന്നത്. ജീവിതം തന്നെ ഉന്നതമായ ഒരു ലക്ഷ്യത്തിലേക്കുള്ള കേവലം ഒരു മാർഗ്ഗമായിത്തീരുമ്പോൾ, അപ്പോൾ നിങ്ങളുടെ ജീവിതത്തിന് ഒരു സാന്ദർഭികത്വം ഉണ്ടാകുവാൻ തുടങ്ങുന്നു. ആ സാന്ദർഭികത്വത്തിൽ മാത്രമേ അർത്ഥമുണ്ടാകുന്നുള്ളു, പ്രസക്തി, ആഹ്ലാദം ഉണ്ടാകുന്നുള്ളു.

പ്രദോഷമനനം

ഇതാണ് അസ്തിത്വത്തിന്റെ നിയമം: സത്യത്തെ കീഴടക്കാനാവില്ല, മറിച്ച് ക്ഷണിക്കുവാനെ കഴിയൂ. ആ പരമമായ അന്വേഷണത്വരയ്ക്കായി ഒരുവൻ കേവലമൊരു ആതിഥേയനായിരിക്കണം. അതിനെയാണ് ഞാൻ ധ്യാനമെന്ന് വിളിക്കുന്നത്- അത് നിങ്ങളെ എല്ലാ ചപ്പുചവറുകളും നീക്കി ഉള്ളൊഴിഞ്ഞവനാക്കുന്നു, അത് നിങ്ങളുടെ അകം ശൂന്യമാക്കുന്നു, അങ്ങനെ നിങ്ങൾ ധാരാളം ഇടമുള്ളവനായി, സ്വീകരണാത്മകനായി, സംവേദിയായി, വഴക്കമുള്ളവനായി, സുലഭ്യനായി മാറിത്തീരുകയും ചെയ്യുന്നു. ആ ഗുണവിശേഷങ്ങളെല്ലാം നിങ്ങളിൽ ആ ക്ഷണം സന്നിവേശിപ്പിക്കുന്നു. നിങ്ങൾ ഒരു ക്ഷണമായിത്തീരുന്നു. അജ്ഞാതത്തിന് വേണ്ടിയുള്ള ക്ഷണം, അനാമിയായതിനുള്ള ഒരു ക്ഷണം, നിങ്ങളുടെ ജീവിതം ഒരു സാഫല്യമാക്കിത്തീർക്കുന്നതിനു വേണ്ടിയുള്ള ഒരു ക്ഷണം. യാതൊന്നിനെകൂടാതെ നിങ്ങളുടെ ജീവിതം അങ്ങേയറ്റം നിഷ്ഫലമായ വെറുമൊരു വ്യായാമം മാത്രമായി മാറുമോ, അതിനുവേണ്ടിയുള്ള ഒരു ക്ഷണം. ഒരുവന് അതിൽ കൂടുതൽ യാതൊന്നും ചെയ്യുവാനും സാധ്യമല്ല: കേവലം ഒരു ക്ഷണവും കാത്തിരിപ്പും.

ഇതിനെയാണ് ഞാൻ പ്രാർത്ഥന എന്നു വിളിക്കുന്നത്: ക്ഷണവും കാത്തിരിപ്പും. അത് സംഭവിക്കാൻ പോകുന്നുവെന്ന അഗാധമായ വിശ്വസ്തതയിലുള്ള കാത്തിരിക്കൽ. അത് സംഭവിക്കുകയും ചെയ്യുന്നു, അത് എന്നും സംഭവിച്ചിട്ടുണ്ട്; ഇതാണ് അസ്തിത്വത്തിന്റെ പരമമായ നിയമം.

Notes

www.ingramcontent.com/pod-product-compliance
Lightning Source LLC
LaVergne TN
LVHW040813051026
849519LV00007BA/2614